கண்ணதாசன்: காலத்தின் வெளிப்பாடு

ஒரு திறனாய்வு

கண்ணதாசன்: காலத்தின் வெளிப்பாடு

ஒரு திறனாய்வு

பழ. கருப்பையா

கிழக்கு

கண்ணதாசன்: காலத்தின் வெளிப்பாடு (ஒரு திறனாய்வு)
Kannadhasan: Kaalathin Velippadu
by Pazha.Karuppiah ©

Kizhakku First Edition : December 2012 *
192 Pages
Printed in India.

ISBN: 978-81-8368-770-1
Title No. Kizhakku 724

Kizhakku Pathippagam
177/103, First Floor,
Ambal's Building, Lloyds Road,
Royapettah, Chennai 600 014.
Ph: +91-44-4200-9601

Email : support@nhm.in
Website : www.nhm.in

Cover Image : S.V. Jayababu

* இதற்கு முன் விஜயா பதிப்பகத்தில் மூன்று பதிப்புகள் கண்டது.

Kizhakku Pathippagam is an imprint of New Horizon Media Private Limited

படையல்

என்னைத் தன் நீட்டிய காலில் கிடத்தி,
முகம் பார்த்து இருத்தி
உலகின் முதல் தாய்மொழியை
எனக்குக் கற்பித்த,
என் முதல் உறவினளும்
முதல் ஆசிரியையுமான
தாயார் மெய்யம்மை ஆச்சிக்கு.

திறனாய்வு பற்றிய ஒரு திறனாய்வு

தமிழண்ணல்

பாசின் பழனியப்பர் கருப்பையா, கண்ணதாசன் பற்றி இந் நூலில் ஓர் அலசல் அலசித் திறனாய்ந்திருக்கிறார். இத் திறனாய்வை முதலிலிருந்து முடிவுவரை ஒரே மூச்சில் படித்து முடித்தேன். அவ்வாறு படிக்கும்படி இருப்பதே பழ. கருப்பையா எழுத்துக்குக் கண்கண்ட நற்சான்று. அதுபோதும்!

கவிஞர் கண்ணதாசன், கவியரசர் கண்ணதாசன், கவிப்பேரரசர் கண்ணதாசன், கவிச்சக்கரவர்த்தி கண்ணதாசன் என்றெல்லாம் எழுதத் தேவையில்லை. இந்த நூலில் ஓரிடத்தில்கூட இந்த அடைமொழிகள் இல்லை. ஆம், இந்த அடைமொழிகளுக் கெல்லாம் அப்பாற்பட்டவர் கண்ணதாசன். இது கம்பருக்கும் ஒட்டக்கூத்தருக்கும் பொருந்துவதுதான். அடைமொழிகளுக்குள் அடங்காதவர்கள் இவர்கள். இவர்களைத் தூக்கி நிறுத்தத் துணை தேவையில்லை. அவர்களே ஓங்கி உலகளந்து நிற்பவர்கள்.

கண்ணதாசனுக்கும் பழ. கருப்பையாவுக்கும் சில ஒப்புமைகள் உண்டு. இருவருமே திறந்த புத்தகங்கள். வெளிப்படையான வர்கள். 'கண்ணதாசனோ பாட வேண்டிய இடம் எது, மூட வேண்டிய இடம் எது என்ற பாகுபாடில்லாமல் எதையும் எங்கேயும் பாடிவிடுகின்ற இயல்புடையவர்' (ப.97) என்னும் இக்கூற்று பழ. கருப்பையாவுக்கும் பொருந்தும்.

பழ. கருப்பையாவிடம் தமிழ் ஊற்றம் உண்டு. பாவாணர் நெறியின் பதிவுண்டு. வ.சுப.மாணிக்கச் சுவடுகள் உண்டு. எங்கிருந்தாலும் இவற்றில் இவர் சறுக்குவதில்லை.

கண்ணதாசன் இதில் வேறுபடுகிறார். வம்புக்காகத் தம்மை இழந்து வழுக்குகிறார். அவர் கலப்புத் தமிழை ஆதரித்து எழுதி யிருப்பனவும், அர்த்தமுள்ள இந்து மதத்திலும் பொன்மழை யிலும் எழுதியிருப்பன பலவும் வழுக்கல்களே.

இந்நூலில் கண்ணதாசன் போற்றப்படுவார் என நம்பித்தான் படிக்கத் தொடங்குகிறோம். ஆனால் அவர் குற்றம் சாட்டப் படுவதுபோல் காணுமிடங்கள் சிலவுள.

உமர்கய்யாமைப் பின்பற்றும் கண்ணதாசன் கவிதைகளை, 'இவை அகத்திணை அத்துமீறல்களே' என்று குறிப்பிடுகிறார். 'உமர்கய்யாமைப் படித்துவிட்டுப் பாடினால் அகத்திணை அறியாத அரேபியாவிலேதான் போய் நிற்கவேண்டும்' எனச் சாடுகிறார் பழ. கருப்பையா (ப.41).

பின்னால் தூக்கிப் பாடிய இராசாசியை, முதலில் தாக்கிப் பாடி யிருந்தார் கண்ணதாசன். அப்போது 'கள்ளக் கறுப்புக் கண்ணாடிக் கண்களுக்குள்'......என்று வார்த்தைகள் வந்து விழுந்துள்ளன. இராசாசி 'கள்ளன்' என்றால் எவன் தூயன்? நம்மையெல்லாம் எந்தத் தட்டில் வைப்பது? (ப.48) என வினவும் பழ. கருப்பையா, 'வாய்க்கு வந்ததை எல்லாம் பேசலாமா? மனத்திற்குத் தோன்றியதை எல்லாம் எழுதலாமா?' இவ்வாறெல்லாம் எழுதும் பழக்கத்தை வைத்துக்கொண்டு எவ்வாறு காலத்தைத் தாண்டி நிற்க முடியும்? (ப.49)' எனப் பரிவோடு வினவுகிறார்.

பிற்பாடு இராசாசி காலமானபோது கண்ணதாசன் பாடிய பாடலை முழுவதுமாக எடுத்துக்காட்டி மனம் உருகுகிறார் பழ. கருப்பையா. இப்பாடலை ஒருமுறை படித்துப் பார்ப்பதற்காக வாவது ஒரு கணப்பொழுது இராசாசி உயிர்த்தெழவேண்டும் என இவர் விரும்புவதிலிருந்து, பாடலின் ஒப்பற்ற சிறப்பை உணரலாம். (ப.52)

ஒருவரைத் திறனாயும்பொழுது அவரது நூல்களை முழுவதும் படித்துவிட்டு, நம் கருத்தை வெளிப்படுத்தவேண்டும். அவர் காலப் பின்னணி தெரியவேண்டும். அவர் எச்சூழலில், எதற்காக இவ்வாறு எழுதினார் என அறியவேண்டும். எழுதுவோன் இயல்பும் தெரிந்திருக்கவேண்டும். இவற்றில் எதுவும் இல்லாது, கருத்துரைக்கும் ஆய்வாளர்களே இன்று பலர். அவர்களைப் பெயர்சுட்டி மறுப்பதுகூடத் தவறு. அந்த அளவுக்குத் தகுதி யுடையவர்கள் அல்லர் அவர்கள்.

திருக்குறளை 1330 அருங் குறளையும் பழுதறக் கற்றவர்க்கே தனி ஒரு குறளின் முழுமையான பொருளைத் தெரிந்துகொள்ள முடியும் என யான் அடிக்கடி கூறுவதுண்டு.

இந்நூலாசிரியர் கண்ணதாசனின் ஏழு தொகுதிகளையும் நன்கு படித்துள்ளார். மேலும் அவரை நன்கு அறிந்தவர், பழகியவர். அதற்காகச் சார்புபட எண்ணுபவரோ எழுதுபவரோ அல்லர். இந்நூலில் கண்ணதாசன் தவறி விழுந்த இடங்களையும், அவர் செய்த குளறுபடிகளையும் மிக விரிவாக எடுத்துக் காட்டியுள்ளார்.

என்றாலும் கண்ணதாசனது ஈடு இணையற்ற புலமைத் திறத்தை யும் கவி புனையும் ஆற்றலையும் இவர் சுட்டிக்காட்டும் போது, எத்தனை குளறுபடிகள் இருந்தாலும் 'கண்ணதாசன் கண்ண தாசனே' என நம் மனம் ஒப்புகிறது. ஒப்பும்படி எழுதிக் காட்டப்படுவதுதான் இந்நூலின் தனிச்சிறப்பு.

கண்ணதாசன் தமிழில் 'மொழிக் கலப்பை' ஆதரித்து எழுதியுள்ள வற்றை பழ. கருப்பையா சாடு சாடு என்று சாடுகிறார். தொல் காப்பியனைச் சிறிது குறைவாக எழுதிவிட்ட கண்ணதாசன், பழ. கருப்பையாவின் கடும் விமர்சனத்திற்கு ஆளாகிறார்.

இராமாயண, மகாபாரத இதிகாசங்கள் 'மனித அறிவுகொண்டு சாதித்த வியத்தகு கதைக் கருவூலங்கள்' என பழ. கருப்பையா எழுதுவதும், 'பகவத் கீதையை'ப் பெருமைப்படுத்துவதும் காண்கின்றோம்.

வேதாந்தம் வேறு. சிவனியச் சித்தாந்தம் வேறு. ஆதிசங்கரர் காலந்தொட்டு, இவ்வேதாந்திகள் தமக்குத் தொடர்பில்லாத சித்தாந்தத்தையும் வேதத்திற்குள் அடக்க முயன்றனர். அக்கினி வழிபாடொன்றே கொண்டிருந்த அவர்கள், தமிழர்களின் உருவ வழிபாடுள்ள கோயில்களுக்குள் வருமானம் கருதி நுழைந்து கொண்டதோடு, தமிழை அக்கோயில் 'உண்ணாழிகை' எனப் படும் கருவறையை விட்டு வெளியேற்றி விட்டனர். அவர்களை வெளியேற்றினால் அன்றி தமிழ் உள்ளே ஒலித்தல் இயலாது என்ற நிலையே நீடிக்கிறது.

'காலம் செய்த கோலத்தைப் பாருங்கள். எல்லா ஸ்மார்த்த பிராமணர்களும் வேதாந்தத்தைத் தங்கள் அடையாளமாக மட்டுமே வைத்துக்கொண்டு காலப் போக்கில் தமிழர்களின் வழி பாட்டு முறைகளால் ஈர்க்கப்பட்டு அவற்றிலேயே சங்கமமாகி

விட்டனர்.' (ப.125) ஈர்க்கப்பட்டதன் காரணம் வயிற்றுப் பிழைப்பு. வருமானம். அடுத்து பழ. கருப்பையா எழுதுவது இதைத் தெளிவுபடுத்துகிறது. 'மொத்தத்தில் ஆரியர்கள் பூசாரி வர்க்கமாக முன்கை எடுத்து விட்டதாலும், தமிழைக் கருவறைக் குள்ளிலிருந்து பிடரியைப் பிடித்துத் தள்ளிவிட்டதாலும் தமிழர் களின் சமயம் அவர்களின் கட்டுப்பாட்டிற்குள் போய் விட்டது.'(ப.125)

கோயில்கள் வேதாந்திகளின் 'ஒரே பிரம்ம' அத்துவைதக் கொள்கைக்கு அப்பாற்பட்டவை. அவர்கள் கோயில்களுக்குள் நுழைவதே, அவர்களின் கோட்பாட்டிற்கு முரண்பட்டதாகும். தமிழரின் பணத்தால், தமிழரின் உழைப்பால் கட்டப்பட்ட திருக்கோயில்களுக்குள் ஐந்நூறு வேதாந்தவழிப் பிராமணர்கள் நுழைந்துகொண்டு தமிழர்களின் தாய்மொழியைப் புறக் கணிப்பது கொடுமையிலும் கொடுமை. இதைவிட நன்றிகெட்ட நரித்தனம் உலகில் வேறெங்கும் கண்டதில்லை.

பார்ப்பனவர்களுக்கும் தாய்மொழி தமிழே. சங்ககால அந்தண ராம் கபிலர் போல, இவர்கள் தமிழைப் போற்ற முன்வர வேண்டும். 'தமிழை மீட்டெடுக்க நடக்கும் போர் கண்ண தாசனுக்குப் பிறகும் தொடரும். எந்த ஒரு போரும் முழுமையாக வெல்லப்படாதவரை ஓயப் போவதில்லை'. (ப.69) இவ்வாறு பழ. கருப்பையா எழுதுவன தமிழரைத் தட்டியெழுப்ப வல்லன. பார்ப்பனத் தமிழர்களும் பரிவுடன் எண்ணிப்பார்க்க வேண்டியன.

பகவத் கீதை வேதாந்தத்தை விளக்க வந்த நூலே. அதில் சிந்தாந்த நிழல்கூட இல்லை. காந்தியடிகளின் பால் கொண்ட பற்றுதலால் பழ. கருப்பையா கீதை, இராமாயண, பாரத, இதிகாசங்கள் ஆகியவற்றில் பரிவு காட்டுகிறார். இப்பரிவு தமிழர்கள் பெரும்பான்மையோருக்குப் பொருந்தும்.

கண்ணதாசன் திருவள்ளுவரை ஒரு 'இந்து' என எழுதியிருப்பதை பழ. கருப்பையா வேதனையோடு மறுக்கின்றார்.

பழ. கருப்பையா அறம்பாடுதலைப் பற்றி எழுதியிருப்பன 'மறு பரிசீலனைக்கு' உரியன. இங்கு அறம் - அற்றுப் போகப் பாடு வது. சிலரது நாவைக் 'கருநாக்கு' என்பர். 'கண்ணேறு' படுவது போன்றது இது. இழவு வீட்டை விட்டு வெளியேறும்போது,

'போய் வருகிறேன்' என்னாமல் 'போகிறேன்' என்று சொல் வார்கள். இவை மக்களிடையே காணப்பட்ட பொதுவான நம்பிக்கை. அதைப் பெரிய குறையென்று கருத வேண்டிய தில்லை. 'அவனை எழுப்பாதீர். அப்படியே தூங்கட்டும்' எனப் பேரனைப் பாடியது, நீண்ட தூக்கமாகப் போகும்படிச் செய்து விட்டதோ எனக் கவிஞர் புலம்புவது. தற்சார்புபட்ட இரங் கலுணர்வின் வெளிப்பாடு. அதில் பிறர் குறை காணுதல் கூடாது.

கண்ணதாசனின் முரண்பாடுகள் எல்லாம் அவ்வக்கால நிகழ்வு களினால் அவரிடம் ஏற்பட்ட தாக்கங்கள். 'பிறப்பிலேயே நல்லவர் கண்ணதாசன். பொய்ம்மை அவருடைய இயல் பில்லை' (ப.49). வெளிப்படையான உள்ளங்கொண்ட அவரிடம் காலந்தோறும் ஏற்பட்ட மாறுபட்ட நிகழ்வுகள் வெவ்வேறு வகை எதிரொலிகளாயின. வேறுபாடுகள் அனைத்தையும் விலாவாரியாக விளக்கிவிட்டு முடிவாக ஒப்பற்ற கவித்திறத் தால் உலகைக் கவர்ந்த கண்ணதாசனை, 'காலத்தால் உருவாக்கப் பட்டவர். காலத்தின் தேவைகளை நிறைவு செய்ய வந்தவர்... அவர் காலத்தின் வெளிப்பாடு, காலத்தை வென்று வாழ்கிறார், வாழ்வார்! (ப.189)' என விளக்கியிருக்கும் அழகு இந்நூல் முழுவதும் இழையோடுகிறது.

பழ. கருப்பையாவின் இந்நூலினைப் படித்துப் பாருங்கள். கண்ணதாசன் என்ற நீண்ட நெடிய அழகிய தோற்றமுடைய வருடன், ஒருமுறை கைகுலுக்கிய பழக்கவுணர்ச்சி உங்களுக்கும் ஏற்படும்.

பாவலர் மணி, புலவர் ஆ.பழனி
வழங்கிய பாயிரம்

இயற்கையின் போக்கில் தடைகள் என்பவை
உடைப்பதற் கென்றே உருவா கின்றவை;
கோழியின் வயிற்றில் குழம்பு வடிவமாய்
இருந்த முட்டைதன் இயல்பான வளர்ச்சியில்
மேலோடு இறுகவும் மெல்லிய குழம்பு
கோழிக் குஞ்சாக உருவம் கொள்கிறது
இனிமேல் வளர்ச்சி இல்லைஎனும் நிலையில்
உடைப்பதற் கென்றே உருவான ஓட்டைச்
சின்னஞ் சிறிய மூக்கினால் தாக்கிப்
பின்னப் படுத்திப் பிளந்த குஞ்சு
அடுத்த வளர்ச்சிக்கு அணியமா கின்றது.
மூக்கினால் ஓட்டைத் தாக்கா திருந்தால்
வாழ்க்கையும் இல்லை வளர்ச்சியும் இல்லை!
'கட்சியை உடைத்தான் கண்ண தாசனெனத்
தக்கவர் கூடத் தகாமொழி கூறினர்
தேக்கம் அகலவும் ஆக்கம் வளரவும்
தடையாய் இருந்த முட்டையின் ஓட்டைக்
கொத்தி உடைத்த கோழிக் குஞ்சவன்'
என்னுமோர் தத்துவப் பின்னணி கொண்டு
பன்னினான் இந்தப் பனுவலில் ஒருவன்

அவன்தான்,

சொல்நாச் சவுக்கைச் சுழற்றி யடிப்பதில்
தன்னே றிலாத தன்மையன் என்பதை
இந்நூல் முழுமையும் இலங்கும் சவுக்கடித்
தழும்புகள் காட்டும் அதிற்சில தழும்பினைக்
கண்ண தாசனின் தோளிலும் காண்கிறோம்
பாண்டியன் பிரம்படி என்றால் அந்த
ஆண்டவன் மட்டுமா அடித்தவன் கூடத்
தழும்பு சுமப்பது தவிர்க்கவொண் ணாதே!
ஊழிகள் தோறும் உவந்தாரைக் காக்கக்
கண்ணன் வருவதாகக் கழறினர்; காண்கிலேன்!

ஆயினும்,

கண்ண தாசனைக் காத்துப் புரக்கவோர்
கருநிறத் திருமால் வருகிறான்; யாரவன்?
தனித்தமிழ் ஆர்வலன்; இனித்த நட்பினன்;
உண்ணா நோன்பிருந் துண்ணுநீர் காத்தவன்;
அண்ணல் காந்தியைக் கண்ணாக் கொள்பவன்;
பாசின் இல்லத்துக் காசில் செல்வன்
பழகருப் பையா என்னுவர்
மழகளி றவன்தன் மன்னிய பெயரே.

முன்னுரை

பதிப்புச் செம்மல் ச.மெய்யப்பனார்தான் என்னை எழுதத் தூண்டியவர்; இந்த நூலை எழுதியதற்கும் அவரே காரணம். கண்ணதாசனைப் பற்றித்தான் எழுதவேண்டும் என்று கட்டங் கட்டியது அவர்கள்தான்! கலப்புத் தமிழர்கள் விரும்பும் வண்ணம் சொல்வதென்றால் இது மேனா வழங்கிய மெனு (menu).

இந்த நூலுக்குப் பாயிரம் வழங்கியிருக்கும் பாவலர்மணி ஆ.பழனி, மனோன்மணியம் சுந்தரம் பிள்ளைக்குப் பிறகு நாடக நூலைச் செய்யுள் வடிவில் எழுதிய தேர்ந்த பாவலர். அவரைத் தெரியாதவர்களுக்குக்கூட அவர் எழுதிய 'அனிச்சவடி'யைத் தெரியும்.

நான் எதை எழுதினாலும் பேசினாலும் அவர் உடன்பட வேண்டு மென்று மிகவும் விரும்புவேன். உடன்படும்பொழுது மகிழ்வேன்.

தமிழண்ணல் இந்தத் திறனாய்வு நூல் பற்றி ஒரு திறனாய்வு எழுதியிருக்கிறார். அவர் என்னுடைய ஆசிரியர்.

பள்ளிக்கூடத்தில் ஒழுங்காகக் கட்டுரை எழுதி மதிப்பெண் பெறாதவன் இப்போது புத்தகம் எழுதி மதிப்புரை கேட்கிறானே என்று தமிழண்ணல் திடுக்கிட்டாரா என்பதை நான் அறிய முடியவில்லை. அவர் எதையும் வெளிக்காட்டிக்கொள்ள மாட்டார்!

தமிழ்நாட்டில் தறுதலைகளின் கூட்டம் பெருத்து விட்டது.

தமிழண்ணல் போன்றவர்களே புகலிடம்!

இந்த நூல் கண்ணதாசனின் இசைவு நிலை - எதிர்ப்பு நிலை, குளறுபடிகள் - கூர்த்த அறிவு வளர்ச்சி - தேக்கம், காலத்தின் வித்தான அவரைக் காலம் போற்றி வளர்த்த விதம் ஆகிய அனைத்தையும் ஓடுகிற ஓட்டத்தில் பேசுகிறது.

கண்ணதாசன் குறைபாடுகள் இல்லாதவரில்லை; வாழ்வு என்பது செம்மையை நோக்கிய பயணம்தானே!

கள்ளமிலா மனம் அவருக்குப் பிறப்பில் வந்தது; கவிதை பயிற்சியில் வந்தது!

காலத்தின் குரலாய் அவர் ஒலித்ததால், அவருடைய கவிதையைக் காலம் தூக்கிச் சுமந்துகொண்டு திரிகிறது!

கண்ணதாசனை நான் அறிவேன்;

கண்ணதாசனும் என்னை அறிவார்!

பழ. கருப்பையா
பாசின் இல்லம்,
காரைக்குடி
15.12.2001

பொருளடக்கம்

1

காலம் திறந்த வைத்த கதவு!

எந்தக் கலையும் காலத்தின் பிரதிபலிப்பே. ஓவியம், சிற்பம், பாட்டு, கதை என்று எந்தக் கலையாயினும் காலத்தைத் தாண்டி வெளிப்பட முடியாது. எல்லாக் கலைகளையும் விடப் பாட்டு, கதை போன்ற இலக்கியங்கள் சிறப்புப் பெறுவதற்குக் காரணம் அவை பெரிதும் சிந்தனையோடு தொடர்புடையன வாக இருப்பதே.

மனிதத் தேவைகளை மையமாக வைத்துப் பிறக்கின்ற இலக்கியங்களே மக்களைச் சென்று அடையும்.

சில புகழ்பெற்ற எழுத்தாளர்கள் சொல்வதுண்டு: 'நான் யாருக்காகவும் எழுதவில்லை. என்னுடைய ஆத்ம திருப்திக்காக எழுதுகிறேன்'. இது ஒரு பகட்டுப் பேச்சு. தன்னுடைய ஆத்மதிருப்திக்காக எழுதுகின்றவர் தானே எழுதித் தானே வைத்துக் கொள்ள வேண்டியதுதானே! அதை அச்சடித்து நூலாக்க வேண்டிய தேவை என்ன?

பனை ஓலையில் எழுத்தாணி பிடித்து எழுத வேண்டிய காலத்தில் பா முழுவளர்ச்சி பெற்றிருந் தது. அந்த அளவுக்கு உரைநடை வளர்ச்சி பெற் றிருக்கவில்லை; பெற்றிருக்கவும் முடியாது!

ஐரோப்பியர்களின் வருகைக்குப் பின்னால்தான் உரைநடை வளர்ச்சியடைந்தது என்று சொல்லு

கின்றவர்கள் உண்டு. பரிமேலழகரும், சேனாவரையரும், நச்சினார்க்கினியரும் பத்தொன்பதாம் நூற்றாண்டினர் என்பது இவர்களின் கருத்துப் போலும்!

தாளில் தூவல் கொண்டு எழுதுவதுபோல், ஓலையில் எழுத்தாணி கொண்டு எழுதுவது எளிதில்லை என்பதனால் மிகக் குறைவாகவே எழுதியாக வேண்டிய கட்டாயம் அன்றைக்கு இருந்தது. ஆகவே பாட்டு தானாகவே வளர்ச்சியுற முடிந்தது. எழுதத் தெரிந்தவர்களுக்கெல்லாம் பாட்டெழுதத் தெரிந்திருந்த காலம் அது! சுருங்கச் சொன்னால் அது பாட்டின் பொற்காலம்!

இலக்கியம் மட்டுமன்று. மருத்துவம், சோதிடம் என்று அனைத்துத் துறைகளுக்கும் உரிய அறிவு மூலங்களும் பாட்டிலேயே வடிக்கப்பட்டன.

ஐரோப்பியர்கள் உரைநடையைக் கொண்டு வரவில்லை. தாளும், பேனாவும், அச்சு இயந்திரங்களும்தாம் கொண்டு வந்தார்கள். உரைநடை தானாகவே வளர்ச்சியுற்றது.

செறிவாகப் பேசுவதற்குப் பதிலாக விரிவாகப் பேசுவதற்கு வசதி ஏற்படும்போது உரைநடை வளர்வதும் பாட்டுக் கட்டுவது ஒடுங்குவதும் இயற்கைதானே!

அச்சுக்கலை தோன்றி விட்டதால் ஒருவருடைய எழுத்து பெருவாரியான மக்களைச் சென்றடைய வாய்ப்பு ஏற்பட்டு விட்டது. ஒரு எழுத்து ஏராளமான மக்களால் படிக்கப்படுகின்ற நிலை பிறந்துவிட்ட பிறகு நுகர்வோரின் தரத்துக்கு ஏற்ப எழுத்து எளிமைப்பட வேண்டிய கட்டாயத்துக்கு உள்ளாவதும் இயற்கை!

பாரதிகூடத் தன்னுடைய எழுத்தின் எளிமை குறித்து வியந்து கொள்வான். வேறு வழி என்ன இருக்கிறது?

அச்சு இயந்திரம் இலக்கியத்தை எளிய மக்களின் நுகர்ச்சித் தரத்துக்கு இறக்கிவிட்டதற்குக் காரணம் அப்போதுதான்! அதைச் சந்தைப்படுத்த முடியும் என்பதுதான். ஆகவே பலரும் விரும்பி வாங்கத்தக்க வண்ணம் எழுதுகின்ற எழுத்தாளனுடைய சிந்தனை, நடை என்று எல்லாவற்றாலும் எளிமைப்பட நேர்ந்துவிட்ட பிறகு அந்த எழுத்துக்கு எவ்வாறு நிலைபேறு கிட்ட முடியும் என்று கேட்டால் அது வேறு கேள்வி!

நிகழ்காலப் பாட்டின் நடை எளிமைக்கு அதனுடைய படிப்போர் தளம் விரிந்திருப்பதே காரணம்.

இருபதாம் நூற்றாண்டு ஏராளமான பாவலர்களைக் கண்டது. அவர்களில் மலைபோல் எழுதிக் குவித்தோர் ஏராளம். ஆனால் கண்டறியப்பட்டோர் சிலரே! பொதுவாகப் பாரதி, பாரதிதாசன், கண்ணதாசன் என்றொரு வரிசை, துணுக்குப் பேச்சாளர்களான பட்டிமன்றப் பேச்சாளர்களிடம் காணப்படுகிறது. அவர்கள்தாம் திறனாய்வாளர்களில் அடிமட்டம். அந்த மட்டத்திற்குக் கீழே தரைதான் இருக்கிறது.

பட்டிமன்றப் பேச்சாளர்களால் அறியப்பட்டிருக்கவில்லை எனினும் சங்கப்பாடல்களோ என்று எண்ணத் தோன்றும் அளவுக்கு நிகரற்ற பாக்களை மொழி, இன மேம்பாட்டுக்காக வடிவமைத்த பாவலரேறு பெருஞ்சித்திரனார், தாயை 'மம்மி' என்றழைக்கத் தலைப்பட்ட தறுதலையை மண்டையில் தட்டிய வ.சுப.மாணிக்கனார், பாரதிக்கு நிகரான கவிமணி தேசிக விநாயகம் பிள்ளை, வேதாரணியம் உப்புச் சத்தியாக்கிரகத் திற்குப் போர்நடைப் பாட்டுத் தந்த நாமக்கல் கவிஞர் இராம லிங்கம் பிள்ளை என்றினைய இன்னும் பல ஆற்றல் வாய்ந்த பாவலர்களும் இந்த வரிசைக்குள் அடங்குவர்.

தளைப்பட்டுக் கிடந்த தாயை விடுவிக்கப் பாடியவன் மனோன் மணீயம் சுந்தரம் பிள்ளை அல்லனோ! இன்று நாடு முழுவதும் ஒலிக்கும் தமிழ்த்தாய் வாழ்த்துப் பாடல் அவன் எழுதியது அன்றோ!

இன்று பேசப்படும் திராவிடப் பண்பாடு, திராவிட மரபு என்று எல்லாவற்றுக்கும் மூலம் கால்டுவெல்லும், 'மனோன்மணீயம்' சுந்தரம் பிள்ளையும்தானே!

'ஆரியம் போல் உலகவழக் கழிந்தொழிந்து சிதையா உன்
சீரிளமைத் திறம் வியந்து செயல் மறந்து வாழ்த்துதுமே'

என்று பாடிப் பின்னால் பாரதிதாசன் தமிழியக்கம் பாடுவதற்கு முன்னாலேயே அடியெடுத்துக் கொடுத்த தவமகன் சுந்தரம் பிள்ளைதான்.

பாரதி தேசிய மரபுக்குத் தோற்றுவாய் என்றால் திராவிட மரபுக்குத் தோற்றுவாய் சுந்தரம் பிள்ளை.

ஆகவே பாரதி, பாரதிதாசன், கண்ணதாசன் என்னும் வரிசை புகழ்
வரிசையே தவிர முழுமையான தர வரிசையன்று!

கண்ணதாசனுக்குப் பிறகு பாட்டுச் சீரழிந்து சிறுத்து விட்டது.
அது புதுக்கவிதையாகப் புதுவடிவம் பெற்றது. ஒரு சிறு சுழிப்பு
அந்த உரைப்பாவில் காணப்படுகிறது என்பது தவிர அதில்
பாவுக்குரிய ஓசை நயமோ, சிந்தனை ஆழமோ பெரும்பாலும்
காணப்படுவதில்லை!

வாராவாரம் வெளிவருகின்ற இதழ்களில் இடம் பிடிப்பதற்கு
ஏற்ற வண்ணம் அது ஒரு துணுக்காகச் சிதைந்து விட்டது.

அதில் ஓசைநயம் வேறு இல்லாத காரணத்தினால் எழுதியவனே
கூடத் தன்னுடைய கவிதையை நினைவில் வைத்திருந்து கூற
முடியாது! இத்தகைய நிலைகளால் பாவிலக்கியம் அந்திம
நிலைக்கு வந்துவிட்டதோ என்றுகூட அஞ்சத் தோன்றும்!

ஐம்பெருங் காப்பியங்கள் பிறந்த தமிழில் பதினைந்தாம் நூற்
றாண்டை அடுத்து உதிரிப்பாடல்கள் கோலோச்சியது போல,
தமிழ்நாட்டில் கடந்த சில காலமாக அரை காசுக்கும் பெறாத
'ஐக்கூ' உரைவீச்சுகள் அரசோச்சுகின்றன.

உலகின் முதல் மொழியைத் தாய்மொழியாகப் பெற்றவன், சங்க
இலக்கியங்களையும் ஐம்பெருங் காப்பியங்களையும் தனதாகக்
கொண்டவன், கேவலம் ஐக்கூ என்னும் மூன்று வரிப் பாட்டு
வடிவைத் தேடிச் சப்பான்வரை செல்கிறானே, இவன் விளங்கு
வானா? திறன்மிக்க அந்தக் குள்ளர்களிடம் கற்றுக் கொள்ள
எவ்வளவோ தொழில்நுட்பங்கள் இருக்கின்றன. ஆகாத
வற்றைக் கற்றுக்கொள்வதுதான் நோக்கம் என்றால் இரண்டு
குச்சியை வைத்துக்கொண்டு அவர்கள் சாப்பிடும் அழகைக்
கற்றுக்கொண்டிருக்கலாமே! கேவலம் இந்தக் குட்டைப்
பாட்டுக்காக இவ்வளவு தொலைவு போவது தேவைதானா?

மூன்று வரிகளில் பாட்டெழுதுவது ஒரு விந்தையா? ஒன்றே
முக்கால் வரியில் உலகப் பேராசான் வள்ளுவன் பாட்டெழுதி
இருக்கிறானே, படித்ததில்லையா? கொன்றை வேந்தன் ஒரு
வரிக் கவிதைதானே! ஆத்திச்சூடி அரை வரிக் கவிதையன்றோ!

பாரதியும், பாரதிதாசனும் இந்த அரைவரி விந்தையைப் பார்த்து
வாயைப் பிளந்ததால்தானே ஆளுக்கொரு புதிய ஆத்திச்சூடி

எழுதினார்கள். அவர்களிருவருக்கும் சப்பான் இருப்பது தெரியாதா?

முச்சங்கம் வைத்து வளர்த்த முத்தமிழில் நீட்டி எழுதப்படுவ தெல்லாம் உரைநடை. மடக்கி எழுதப்படுவதெல்லாம் கவிதை என்கிற அளவுக்குக் கவிதை மலினப்பட்டு விடும் என்று யாரும் கனவில்கூட நினைத்திருக்க மாட்டார்கள். ஆனாலும் அப்படி நிகழ்ந்து விட்டதே! நொந்து கொள்வதைத் தவிர வேறென்ன செய்ய முடியும்? தமிழுக்கு நேரம் சரியில்லை!

ஒரு புதுப் பாவலன் காதலிக்கு எழுதுகிறான்.

'இலையை விடக்
காயை விடக்
கனியை விட
அடிமரம் சிறந்ததல்லவா
அடி கண்ணே
உன் அன்னையையும்
நான் காதலிக்கிறேன்'

காதலிக்கு எழுதிய மடலின் இலட்சணத்தைப் பாருங்கள். மரத் தின் பயன் கனி. ஆனால் இவனுக்குக் கனியைவிட அடிமரமே சிறந்ததாகத் தெரிகிறது. கனி கொடுக்கிற தகுதியை மரம் இழக்கின்றபோது, அது விறகாகிவிடும்! ஆனால் இவனுக்கோ மரமே போற்றுதலுக்குரியது.

காதலியைவிட மாமியாள்தான் இவனுக்கு கவர்ச்சியாகத் தெரி கிறாள். இதைக் காதலியிடமே சொல்லி மகிழ முடிகிறது. காதலி யும் இத்தகைய ஒரு வக்கிரத்தை ஏற்றுக்கொள்ளக்கூடிய ஒரு வக்கிரமாக இருப்பதால்தானே அவளிடமே இதைச் சொல்ல முடிகிறது.

இதுபோன்ற பாட்டைப் போற்றித் திறனாய்வு செய்யக்கூடத் தமிழ்நாட்டில் ஆட்கள் இருக்கிறார்கள். வெங்கட்டோ, சங்கட்டோ யாரோ ஒரு ஆள்!

அந்த ஆள் எழுதுகிறார். இவை போன்றவை நிறுவன எதிர்ப்புக் கவிதைகள் (anti-establishment)

மரபை யாப்பில் மட்டும் உடைத்தால் போதாது; பண்பாட்டு நிலையிலும் உடைக்கவேண்டும் என்னும் வக்கிரப் போக்கைத் தான் இந்தத் திறனாய்வு காட்டுகிறது.

குமுகாயத்தைத் தலைகீழாகக் கவிழ்க்கின்ற முயற்சிதானே இது! நிறுவப்பட்ட அனைத்தையும் நொறுக்கிவிடவேண்டும் என்னும் வெறிதானே இதற்கு அடிப்படை!

பாட்டு பாட்டின் சாரத்தை இழந்துவிட்டதே என்ற கவலை இல்லை. பண்பாட்டின் சாரத்தை இழந்துவிட்டதே என்ற கவலை தான் அடிவயிற்றைக் கலக்குகிறது!

கண்ணதாசன் உயிரோடு இருந்தபோதே இந்த வசன கவிதை எனப்படும் உரைப்பா தலைதூக்கத் தொடங்கி விட்டது.

அதை 'அலிக் கவிதை' என்று கண்ணதாசன் சாடவும் செய்திருக் கிறார்.

இன்னும் சிறிது காலம் வாழ்ந்திருந்தால் இந்த 'அலிக் கவிதை களின்' செல்வாக்குக் கண்டு மனம் நைந்திருப்பார்.

ஆனால் அவற்றை அவரும்கூட மறித்திருக்க முடியாது. எல்லாமே கவிழும்போது கவிதை மட்டும் வாழுமா?

1970-ல் இந்த உரைப்பாவின் ஆதிக்கம் தொடங்கி விடுகிறது. இது நீர்த்துப்போன தலைமுறையின் நீர்த்துப்போன பா.

சீரழிவுக் காலமான இந்தக் கடைசி முப்பதாண்டுகளில் கடைசி இருபது ஆண்டுகள் கண்ணதாசன் உயிருடனில்லை!

நெறிசார்ந்த அரசியலின் பிடிக்குள் எல்லாக் கட்சிகளும் வந்தாக வேண்டிய கட்டாயத்தை உண்டாக்கிய எம்மான் காந்தியின் யுகம் 1920ல் தொடங்கி முழுவீச்சில் வளர்ச்சியுற்று உச்ச நிலையைத் தொட்டுப் பொற்காலம் படைத்து 1970க்குப் பிறகு படிப்படியாகச் சரிவுறத் தொடங்கிவிட்டது!

இடைவெளி இல்லாச் சமுதாயத்தைப் படைக்கப் புறப்பட்ட ஒப்புயர்வற்ற சமதருமக் கொள்கை காரணம் புரியாமலே மாண்டு விட்டது.

நெறிசார்ந்த அரசியலும், கோட்பாட்டு வழிப்பட்ட அரசியலும் முற்றாக முடிந்துவிட்ட காலத்தில் அவர் தொடர்ந்து வாழ்ந்

திருந்தாலும் பாடுவதற்கு உந்து விசையாக எது இருந்திருக்க முடியும்? தலபுராணம் பாடித்தான் மீனாட்சி சுந்தரம் பிள்ளையும் காணாமல் போய்விட்டாரே!

இவற்றுக்கெல்லாம் மாறான காலத்தில் கண்ணதாசன் வாழ்ந்தார். அவர் வாழ்ந்த காலம் தமிழின் மறுமலர்ச்சிக் காலம். தமிழ்ப் பண்பாட்டின் மீட்புக் காலம்; சாதி வாரியான மக்கள் தமிழன் என்னும் இன அடிப்படையில் திரட்டப்பட்ட காலம்; அரசியலில் விழிப்புக் காலம்; அறிவுக் காலம்!

பாரதியும், பாரதிதாசனும், கண்ணதாசனும் பெற்ற ஓங்கிய புகழுக்கெல்லாம் காரணம் இந்தக் காலப் பின்னணிதான்!

2

ஒரு பாவலன் பிறக்கிறான்

கண்ணதாசன் பதினெட்டு வயதிலேயே எழுதத்
தொடங்கி விடுகிறார். ஒரு வகையில் அது அறிவு
தெளியாப் பருவம்.

வேட்டியைச் சரிவர இடுப்பில் நிறுத்துவதற்கே
பயிற்சி போதாத அந்த வயதில், ஒருவர் பெரிதாக
என்ன எழுதிவிட முடியும்? ஆயினும் கண்ணதாசன்
எழுத விரும்பியிருக்கிறார். அவருடைய கவி
தையை வெளியிடுவதற்கு ஒரு தாளிகையும் கிடைத்
திருக்கிறது.

அந்த முதற்பாடல் ஒரு பெண் தன்னுடைய காதல
னுக்கு எழுதும் கடிதப் பாங்கில் அமைந்துள்ளது.

காலையில் குளித்து முழுகி, கருஞ்சாந்துப் பொட்டு
வைத்துக் காதலன் வரவுக்காகக் கடைக்கண்ணால்
பார்த்திருக்கிறாள் ஒரு இளநங்கை. அவன் வர
வில்லை; அந்திப் பொழுது வந்து விடுகிறது;
தந்தையும், தாயும் வீட்டில் இல்லை; அப்பொழுது
ஆணழகன் வருகின்றான்; அள்ளி அணைக்கின்
றான்; அவள் விடுவித்துக்கொள்ள முயல்கிறாள்;
எதுவோ அவளை அவனோடு கட்டிப்போட்டு விடு
கிறது; முத்தங்கள் தொடர்கின்றன; அவளுக்கோ
மொத்தமும் மறந்து போகிறது! காதல் கலவியிலே
வந்து முடிகிறது! விடைபெற்றுச் செல்கிறான்
காதலன்.

நாட்கள் உருள்கின்றன. உடலில் மாற்றத்தை உணர்கிறாள். அச்சம் அவளை ஆட்கொள்கிறது. ஊர் தூற்றுகிறது. அவனுக்கு ஒரு மடல் தீட்டுகிறாள்.

'ஒரு நாளை இன்பம்; அன்று
உருவாகி விட்டதையோ!
ஒன்றும் புரியவில்லை
உடன் வந்து காவீரோ!'

தொகுதி 1-2: 77ஆம் பாடல்

என்றெல்லாம் புலம்பிவிட்டு, ஊராரின் வாயை அடைக்க உங்கள் பெற்றோருடன் வாருங்கள் என்று முடிக்கிறாள்.

'ஊராரின் வாயடைக்க
பெற்றோர்கள் உடன் வந்து
பேதையெனைக் காவீரோ.'

இந்தப் பாடலில்; பெரிய கவிதைச் சிறப்பு ஒன்றுமில்லை. பெரிய கற்பனைச் சிறப்பும் இல்லை.

ஏதே வந்தான், படுத்தான்; உருவாக்கினன்; சென்று விட்டான். விளைவை உருவாக்கிவிட்ட கலவி என்பதால் பெற்றோருடன் வருமாறு விரைவுபடுத்துகிறாள் காதலி.

இது ஒரு சத்தில்லாத பாடல்தான். இந்தப் பாடலைக் கண்ண தாசன் பாடியிருக்கத் தேவையில்லை. பாடியிருந்தாலும் அதைக் கவிதைத் தொகுதியிலே சேர்த்திருக்கத் தேவையில்லை.

இன்னும் ஒரு பத்துப் பதினைந்து ஆண்டுகள் கழித்துக் கண்ண தாசன் எழுதப் போகின்ற நிகரற்ற கவிதைகளுக்கு இத்தகைய கவிதைகள்தாம் முதற்படியாய் அமைந்திருந்தன என்று காட்டு வதற்கு வேண்டுமானால் இந்தப் பாட்டு வெளியீடு பயன்படும்.

யாரும் வரகவிகள் அல்லர்; கவிதை என்பது வாங்கிவந்த வரமன்று. தலைவிடாத கைக் குழவி கால வளர்ச்சியில் வாட்டசாட்டமான இளைஞனாய் உருப்பெறுவதுபோல, பாப் புனையும் திறனும் காலப்போக்கில் பயிற்சியின் பாற்பட்டுச் சிறக்கிறது என்பதை அவருடைய முதற்பாடலுக்கும் பிற்பட்ட காலப் பாடல்களுக்கும் இடையே உள்ள இடைவெளி மெய்ப்பிக்கிறது.

3

காதல்... காதல்... காதல்...

கண்ணதாசனின் கவிதைகளில் மிகத் தூக்கலாகக் காணப்படுவது அவர் காதலைப் பற்றியும் பெண்ணைப் பற்றியும் எழுதிய கவிதைகளே.

காதலைப் பாடாத தமிழ்ப் பாவலர்கள் இல்லை. சங்க இலக்கியங்களில் அகப்பாடல்களே மூன்றில் இரண்டு பங்கு! வாழ்வை அகமாகவும், புறமாகவும் வகுத்துக்கொண்டவன் தமிழன் மட்டுமே.

அக வாழ்வுக்கு ஐரோப்பியர்கள் உரிமையை (Rights) அடிப்படையாக்கினார்கள். தமிழர்களோ அன்பை அடிப்படையாக்கினார்கள். அதனை 'அன்பின் ஐந்திணை' என்றே பகுத்துக்கொண்டு முதிர்ந்த காதல் வாழ்க்கை நடத்தினார்கள்.

உரிமை பாராட்டுகின்ற வாழ்க்கை வறட்சியாக இருக்கும். அன்பு பாராட்டுகின்ற வாழ்க்கை ஈரமுடையதாகத் திகழும். 'ஒருவர் பொறை இருவர் நட்பு' என்று நாலடி பேசும். அது நட்புக்கு மட்டும் இலக்கணமன்று. எந்த இருவரின் உறவுக்கும் அதுதான் இலக்கணம்.

உரிமை குறித்துப் பேசுகின்ற ஆண் அல்லது பெண்ணின் வாழ்க்கை முறிவில் போய் நிற்கிறது. தழுவிய கை நெகிழாமல் வாழவேண்டும் என்று தூண்டுகிற அன்பு வாழ்க்கையோ சாவுகூடப்

பிரித்துவிடக் கூடாதே என்று கவலை கொள்ள வைக்கிறது. பல பிறவிகளுக்குப் பிரிவுபடாமல் தொடர விழைகின்ற காம வாழ்க்கையைப் பற்றிய பெருமிதங்கள் தமிழில் ஏராளமாக உண்டு.

இந்தப் பிறவியில் பிரிய மாட்டேன் என்றான் தலைவன். அடுத்த பிறவியில் பிரிவாயோ என்று அழுதாளாம் தலைவி (குறள் 1315). ஐரோப்பிய உரிமைப் பெண்கள் அறிந்திராத வாழ்க்கை முறை இது.

'விடுதலையாம் காதல் எனில் பொய்ம்மைக் காதல்' என்று பழிப்பான் பாரதி. விடிந்தால் எழுந்தால் அறுத்துக் கொள் வதையே வேலையாகக் கொண்ட ஐரோப்பியக் காதலைப் பொய்ம்மைக் காதல் என்று அவன் ஏசுவான். அன்புக்குத் தொடர்ச்சி வேண்டுமென்பது தமிழின் அக அடிப்படை.

காமம் என்பதும் காதல் என்பதும் ஒன்றுதான். எதிர்ப்பாலரிடம் தோன்றும் உடல் வேட்கையையும் உள்ளடக்கிய அன்புதானே காமம். உடற்கூடலுக்கு முந்திய மன வழிப்பட்ட உணர்வைக் காதல் என்று கூறும் போக்கு இப்போது தமிழில் புதிதாக ஏற்பட்டிருக்கிறது.

காமத்தைப் பாடாத புலவனில்லை. வள்ளுவனே அதை விட்டு விட்டால் வாழ்க்கை நூல் முழுமை பெறாது என்று கருதித்தான் காமத்துப் பால் என்று பெயரிட்டே பாடி விட்டான்!

ஐயாயிரம் ஆண்டுகளுக்கு முந்திய மக்களுக்குக் காதலைப் பற்றித் தெரிந்திருக்க நியாயமில்லை.

பன்னிரண்டு வயதில் ஆணும் பெண்ணும் உடலளவில் தயாரான வுடனேயே இணையத் தலைப்பட்டிருப்பார்கள். ஆகவே ஏக்கம் அன்றைய வாழ்க்கை முறையில் இல்லை. ஆகவே காதலும் இருக்க நியாயமில்லை!

நாகரிகம் வளர வளரத் திருமணங்கள் தள்ளிப் போடப்பட்டன. வாழ்க்கைக்கான தயாரிப்பு தேவைப்பட்டதே இதற்குக் காரணம். கல்வி முடியும்வரை திருமணங்கள் காத்திருக்க நேரிட்டன. அது 'பிரமச்சரியம்' என்னும் ஓர் ஆசிரமமாகவே வகுக்கப்பட்டு ஒரு விரதமாக்கப்பட்டது! பல சமயங்களில் ஓர் ஆண் பொருளீட்டி

தன்னை நிலை நிறுத்திக்கொள்வதுவரை திருமணம் தள்ளிப் போடப்பட்டது.

வாழ்க்கைப் பாதுகாப்புக் கருதி இத்தகைய தள்ளிப் போடல்கள் ஆண், பெண் இருவர் குறித்த நிலையிலும் ஒரு தேவையாகிவிட்ட காரணத்தால் நாகரிக சமூகத்தில் காத்திருத்தல் ஒரு பழக்கமாகவே ஆகிவிட்டது.

திருமணம் தள்ளிப் போடப்படும் நிலையில் ஆணும் பெண்ணும் கற்பனையில் வாழத் தலைப்படுவர். உடல் தேவை ஏக்கமாக மாறிக் கற்பனை வாழ்வை நோக்கிச் செலுத்தல் இயற்கை. மணத்தை நோக்கிய காத்திருப்பு நிலையில் மன அளவில் ஒருவன் இத்தகைய கனவு வாழ்க்கையை நடத்துவதுண்டு. ஆகவே தள்ளிப் போடப்பட்ட நிறைவேறாத இணைச் சேர்க்கை விருப்பங்களே காதலுக்கு வழிவகுத்தன என்று மாந்தவியல் ஆய்வாளர் கூறுவர்!

மறுக்கப்படும் நிலையில் காதல் மேலும் மேலும் வலுப்படு கிறது. அந்நிலையில் காதல் ஒன்றே குறியாக மாறுகிறது! உயிரைக்கூட அதற்காகப் பணயம் வைக்கத் துணிகிறது. இது ஆணுக்கும் பெண்ணுக்கும் பொது!

இத்தகைய மறுதலிப்புகளும் தடைகளும் கதைகளாகின்றன; கவிதைகளாகின்றன; காப்பியங்களாகின்றன.

பெருகி வரும் காமத்தை ஒழுங்குபடுத்துவது நாகரிகச் சமூகத்தில் இலக்கியத்தின் வேலையாகி விட்டது.

கண்ணதாசனுக்குக் காதலைப் பாடுவதில் பிற பாவலர்களைவிட மிகுந்த ஈடுபாடு உண்டு.

அவர் தன்னுடைய தொடக்க காலங்களில் 'பழம் பாடல் புதுக் கவிதை' என்னும் பெயரில் மிகச் சிறந்த காதற் சுவைப் பாடல் களை பழைய இலக்கியங்களிலிருந்து தேர்வு செய்து அவற்றிற்கு உரை எழுத வந்தவர்போல் விரிவுபடுத்திப் பாடியிருக்கிறார்.

அவற்றோடு அவருடைய தொடக்க காலக் கவிதைகளில் ஒன்று 'இரவே போதும்....!'

'தேனத்தைப் பிழிந்த இதழ் வெண்மையாக
சேலாடும் விழிக்கோணம் செம்மையாக

மோனத்தில் உறவாடி இரவெலாமும்
மூவாயிரம் கோடி முத்தம் பெற்று
ஞானத்து முனிவர்களின் ஒரு நிலைக்குள்
நாம் போகவேண்டும்!'

-தொகுதி 1 & 2: பாடல் 11, 'இரவே போதும்'

சிவந்த இதழ் இடையறா முத்தத்தால் வெளுத்துப் போவதும், வெளுத்திருந்த விழி இரவெல்லாம் விழித்ததால் சிவந்து போவதுமான எதிர்நிலை மாற்றங்கள் படிக்கச் சுவையானவை.

ஞானத்து முனிவர்களின் ஒரு நிலைக்குள் போவதென்பது எளிதானதில்லை. பொதுவாக மனம் ஒருமைப்பட்ட நிலையை அடைதலே கடினம். அதற்கும் மேலாக எண்ணங்களே அற்றுப் போன நிலையை (Thoughtless state) அடைதல் என்பது நினைத்துக் கூடப் பார்க்க முடியாதது.

கடலில் அலை ஓயாததுபோல, மனிதனின் மனத்தில் எண்ணங் கள் ஓய்வதில்லை. அதை ஓய வைப்பதற்கு ஒரு முயற்சி இந்திய ஞானிகளாலும், தமிழ்ச் சித்தர்களாலும் மேற்கொள்ளப்பட்டது.

யோகம் அதற்கான வழி என்று கண்டறியப்பட்டது. ஒரு குறிப் பிட்ட ஓரெழுத்து அல்லது ஈரெழுத்து மந்திரச் சொல்லை இடை யறாது மூடிய வாய்க்குள் ஒலித்துக்கொண்டே இருந்தால் ஒரு கட்டத்தில் அந்த ஒலி ஒடுங்கிச் சிந்தனையற்ற நிலை கவியும்.

புருவங்களின் மையத்தை நோக்கிப் பார்வையைச் செலுத்தி ஒருமுகப்படுவாரும் உண்டு.

ஞானிகள் மட்டுமே வீடு வாசலைத் துறந்து, சுகபோகங்களைத் துறந்து, கடுமையான வாழ்க்கை முறைகளைக் கடைப்பிடித்து இந்தச் சமாதி நிலையை அடைகின்றனர்.

இறந்த பிறகு எல்லோருக்கும் உரிய சமாதி நிலையை வாழும் காலத்திலேயே அறிவர்கள் அடைய முடிவதுபோல, எளியரும் அடைவதற்கு ஏதாவது வழி இருக்கிறதா என்று கண்டறிய முயன்றவர்கள் கடைசியில் தாந்திரிக மதத்தைத் தோற்றுவித் தார்கள். அது சாக்த மதம் என்றும் சக்தி மதம் என்றும் பலவகை யாகச் சொல்லப்பட்டது.

தேர்ந்த காமத்தைக் கல்லின் வழியாகச் சொல்லும் 'கசுராகோ' (Kajooraho) கலைக்கோயில் தாந்திரிகத்தின் வெளிப்பாடுதான்! நம்முடைய கோவில்களில் காணப்படும் ஆண் பெண் சேர்க்கைச் சிற்பங்கள் தாந்திரிகத்தின் தாக்கம்தான்! தந்திரம் என்பது உத்தி (Technique); சமாதி நிலையை அடைவதற்கான உத்தி; அவ்வளவு தான்.

சமாதி நிலையை அடையத் துறவு வேண்டாம்; தவம் வேண் டாம். வாசியைக்கூடக் கட்ட வேண்டாம்; ஒரு பெண்ணைக் கட்டிக்கொண்டே எளிதில் இதை அடைந்து விடலாம் என்றால் உலகமே அந்தக் கோட்பாட்டை நோக்கிப் பாயாதா?

உயர்நிலையை அடைவதற்கு எந்தக் காமம் தடையென்று சொல்லப்பட்டதோ, அந்தக் காமமே அதை அடைவதற்கான வழி என்று இதுவரை கேட்டறியாத ஒன்றைச் சொல்லக் கேட் டால், உலகம் அதிர்ச்சியில் உறைந்து போகாதா? இடைக்கால இந்தியாவில் இவையெல்லாம் நிகழ்ந்தன. இவற்றின் தாக்கத்தி லிருந்து நவீன கால இந்தியாவும் தப்பவில்லை!

> 'கொங்கைகளே சிவலிங்கம் என்று கூறிக்
> கோக்கவிஞன் காளிதாசனும் பூசித்தான்'

என்றும்,

> 'காதலினால் மானிடர்க்குக் கலவி உண்டாம்
> கலவியிலே மானிடர்க்குத் துன்பம் தீரும்
> ஆதலினால் காதல் செய்வீர் உலகத்தீரே,
> அஃதன்றோ இவ்வுலகத் தலைமை இன்பம்'

என்றும்,

> 'பகலெல்லாம் இரவெல்லாம் குருவி போல
> காதலிலே மாதருடன் களித்து வாழ்ந்தால்
> படைத்தலைவர் போர்த் தொழிலைக் கருதுவாரோ?'

என்றும் பாரதி காமத்தில் திளைக்கும்படி பரிந்துரைத்துப் பாடிய பாடல்களில் சாக்த மதத்தின் சாயல் தென்படவில்லையா?

பாரதியைப்போல் கண்ணதாசனும் தாந்திரிகக் கருத்துகளை அறிந்திருக்கவேண்டும்; அறிந்து கிளர்ச்சியுற்றிருக்கவேண்டும்.

அதனால்தான் முத்தத்தில் தொடங்கி மோனத்தின் வழியே காமம் முதிர்ச்சியுறும் உச்ச நிலையை (Orgasm) ஞானத்து முனிவர்களின் ஒரு நிலைக்குள் போதல் என்று தெளிவுபட விளக்க முடிகிறது.

காமத்தில் மோனம் என்பது பேச்சற்ற நிலை (Silent State)

உச்சம் என்பதோ சிந்தனையுமற்ற நிலை (Thoughtless Stae)

காமத்தின் தொடக்கத்தில் மனிதன் செயல்படுகின்றான். ஆண் செய்பவனாகவும் (doer) பெண் பெறுபவளாகவும் (receiver) இருப்பது உலகெங்கும் பெருவழக்கு. அப்படித்தான் அவர்களுடைய உடற்கூறுகள் அமைந்திருக்கின்றன. ஆண் தூண்டித்தான் பெண் இசைவு நிலைக்கு வருகிறாள்.

இதைக் கண்ணதாசன்,

'கூசாமல் தோள் தொட்டுப் படுக்க வைத்தான்
கொடிசாய்ந்தாற் போலவளும் மெல்லச் சாய்ந்தாள்.'

தொகுதி 1 & 2: பாடல் 11

என்று ஒழுங்காக வரிசைப்படுத்துகிறார்.

காமத்தில் ஒரு பகுதியை இவன் நடத்துகிறான்; இன்னொரு பகுதியைக் காமமே நடத்திக்கொள்கிறது.

காமம் இவனை நடத்துகிறபோது பேச்சு மட்டுமில்லை; எண்ணமுமே முற்றிலுமாக ஒடுங்கி விடுகிறது. அது சமாதி நிலை! அது உச்ச நிலையில் (orgasm) நிகழ்கிறது. அப்போது காமம் இவனுடைய கட்டுப்பாட்டில் இல்லை; இவன் காமத்தின் கட்டுப்பாட்டில் இருக்கிறான். ஒரு கட்டத்துக்கு மேலே எதையும் நிறுத்தக்கூடிய நிலையை இவன் இழந்து விடுகிறான். கட்டுப்பாடு முழுவதுமாகத் தகர்ந்து விடுகிறது. என்ன நிகழ்கிறது என்பதைப் பின்னால் நினைவுகூர முடிவதில்லை! நினைவு தப்பிப்போன நிலையை நினைவால் கல்லி எடுக்க முடியாது தானே!

எண்ணுவது மனம்! மனத்தின் செயல்பாடு காரணமாகவே இவனுக்கு மனிதன் என்று பெயர். ஆனால் மனத்தின் கட்டிலிருந்து விடுபடுவதற்கு மனிதனிடம் ஒரு முயற்சி இடையறாது இருந்து வந்திருக்கிறது.

அந்த முயற்சியின் ஒரு கூறு துறவிலும் தியானத்திலும் முடிந் திருக்கிறது; இன்னொரு கூறு காமத்தின் உச்ச நிலையில் முடிந் திருக்கிறது. இரண்டின் நோக்கமும் மனத்தின் ஆளுமை யிலிருந்து விடுபடுவதுதான் என்றால், அதற்குத்தான் சமாதி நிலை என்று பெயரென்றால், அதை அடைவதற்கு இரண்டாவது வழியை விட்டுவிட்டு எவன் முதல் வழியை நாடுவான்? இன்பத்திற்கு இன்பம்; சமாதி நிலைக்குச் சமாதி நிலை; எவன் இதை வேண்டாமென்பான்?

இதைக் கண்ணதாசன் அறிந்திருக்கிறார். 'மூவாயிரம் கோடி முத்தம் பெற்று ஞானத்து முனிவர்களின் ஒரு நிலைக்குள் போவதைப்' பற்றிப் பாடியுமிருக்கிறார்! காமம் குறித்த கண்ண தாசனின் நுட்பமான பார்வைக்கு இந்தப் பாடல் ஒரு சான்று!

'குமுதம்' இதழில் ஒரு கட்டத்தில் வாரம் ஒரு பாடலை எழுதிக் கொண்டிருந்தார் கண்ணதாசன். ஒரு வாரம் 'மனிதனைப் பாட மாட்டேன்' என்று எழுதினார். ஒவ்வொரு மனிதனையும் ஏற்றி யதும் இறக்கியதும், பழித்ததும் பாராட்டியதுமாகவே தன் னுடைய எழுத்துகள் சீரழிந்து விட்டதாகவும், இனி மாலை களைத் தெருக் கல்லில் சாத்தப் போவதில்லை என்றும் சலிப் போடு எழுதினார். அதன்படி இனி வருகின்ற வாரங்களிலெல் லாம் தெய்வத்தைத்தான் போற்றி எழுதுவதென்று முடிவு செய்து விட்டார் போலிருக்கிறது என்றுதான் எல்லோரும் கருதி யிருந்தனர்.

அவரோ அடுத்த வாரமே 'மாதரைப் பாடு மனமே' என்று எழுதி னார். ஆனால் மாதரைப் போற்றி அவர் எழுதிய பாடல் எல்லா வகையிலும் ஈடு இணையற்றதுதான்! எடுப்பான சந்தத்தினாலும், வளமான கற்பனையினாலும் அது குறிக்கத்தக்க பாடல்களில் ஒன்றாய்த் திகழ முடிகிறது!

'வாராழி கலசங்கள்
     தேரேறி வருகின்ற
          வடிவங்கள் சொர்க்க மிலையோ

வைகாசிப் பிறைபோலக்
     கைவீசி நடமாடும்
          மஞ்ஞைகள் தெய்வ மிலையோ

நீராழி அலைசாய
  நிலையான தவஞானம்
    நிகழ்கின்ற உலக மிலையோ

நிழல் தேயுமானாலும்
  சுவை தேய மாட்டாது
    நீள்கின்ற இரவுமிலையோ

ஓராழி அளவாக
  உலகத்தின் கதை சொல்லி
    உறவாடும் கன்னி மயிலை

உள்ளத்தின் உள்ளூறும்
  கள்ளோடு கவியாக்கி
    உயரத்தில் ஏற்று மனமே!

தொகுதி V: பாடல் 2, 'மாதரைப் பாடு மனமே'

'மனிதரைப் பாட மாட்டேன்' என்று சொன்ன முதல் ஆள் கண்ண தாசனில்லை; எண்ணற்றோர்! மனிதன் அற்பமானவன்; குறை பாடுடையவன்; அவனைப் பாடினால் பின்னால் மாற்றிக் கொள்ள வேண்டிய நிலை வரும். ஆகவே முழுமைத் தன்மை வாய்ந்த இறைவனை மட்டுமே தம் நாவால் வழுத்துவது என்ற கொள்கையுடையவர்கள் மாணிக்கவாசகரிலிருந்து திருவருட் பிரகாச வள்ளலார் வரை பலர்!

ஆனால் அவர்களெல்லாம் மனிதரில் பெண்ணையும் உள் ளடக்கிக்கொண்டவர்கள். கண்ணதாசனுக்கு மனிதர் என்பதில் ஆண் மட்டுமே அடக்கம் போலும்!

பெண்ணைத் தேராக்கி, மயிலாக்கி, சொர்க்கமாக்கிக் கண்ண தாசன் பாடிய இதுபோன்ற பாடல்கள் ஒன்று இரண்டல்ல; ஓராயிரம்! அவையனைத்தும் ஒப்பற்ற பாடல்கள்!

கண்ணதாசன் வாழ்க்கை ஓர் நுகர்ச்சி வாழ்க்கை. நுகர்ச்சிகளி லெல்லாம் தலையாய நுகர்ச்சி பெண் நுகர்ச்சி. அதற்கு அடுத்த நுகர்ச்சி மது!

மது, மங்கை, மச்சம் என்று வரிசைப்படுத்தியது பழங்காலத் தாந்திரிகம். மதுவையும், மங்கையையும் முன்னிலைப் படுத்தி னான் ஈரான் நாட்டு உமர்கய்யாம்.

உமர்கய்யாம்தான் கண்ணதாசனுக்கு உந்துதல் அளித்தவர்களில் தலையாயவராக இருந்திருக்கவேண்டும்.

'பாரசீகப் பாவலனும் சேராத பைங்கிளிகாள்'

தொகுதி IV: பாடல் 1

என்று உமர்கய்யாம் குறித்துக் கண்ணதாசனே பாடியிருக்கிறார்.

பதினோராம் நூற்றாண்டில் பாரசீகத்தில் வாழ்ந்த உமர் கய்யாமைக் கண்ணதாசன் முன்மாதிரியாகக் கொண்டது அவ ருடைய வாழ்க்கைப் போக்கைப் பெரிதும் பாதித்தது.

தன்னுடைய துயரத்திற்கு விடிவு தேடி மதுவை மணந்ததாகவும் அதற்குப் பிறகு எந்நாளும் இன்பமே தவிர துன்பமில்லை என்றும் உமர்கய்யாம் பாடுகின்றான்.

'செல்வி திராட்சை வல்லிதரும்
தெய்வ மகளை மணந்து கொண்டேன்!
இல்லை துயரம் இல்லை இனி
இன்பம் என்றும் இன்பமதே!'

உமர்கய்யாம் (73)

கவிமணி தேசிய விநாயகம் பிள்ளை தமிழாக்கம்.

தன்னைக் கேளாமலேயே இறைவன் படைத்து இங்கே தூக்கி வீசி விட்டதாகவும், இன்னும் எங்கெங்கே தூக்கி வீசுவானோ என்னும் அச்சம் தன்னைத் தொடர்ந்து ஆட்டுவதாகவும், அழகிய பெண் ஒருத்தி ஒரு கிண்ணத்தில் மது ஊற்றித் தந்தாலொழிய இக்கொடுமையை மறக்க வழியில்லை என்றும் பாடுகிறான் உமர்கய்யாம்.

'என்னைக் கேளாது எங்கிருந்தோ
இங்கே தூக்கி எறிந்து விட்டான்
என்னைக் கேளாது இன்னுமவன்

எங்கே தூக்கி எறிவானோ?
என்ன செய்வேன்? இக்கொடுமை
ஏழை உள்ளம் மறந்தொழிய
வண்ணக் கிளியே ஒரு கிண்ணம்
மதுவை ஊற்றித் தருவாயே!'

-உமர்கய்யாம்/கவிமணி தமிழாக்கம் (72)

மது எந்தத் துன்பத்திலிருந்தும் விடுவிக்கக் கூடியதில்லை. தற்காலிகமாக மறக்கடிக்கக் கூடியது; அவ்வளவுதான்! போதை தெளிந்தவுடன் பழைய துயரம் மீண்டும் மேல்தட்டுக்கு வந்து விடும்.

மதுவை ஒரு சர்வரோக நிவாரணிபோல் எண்ணிக்கொண்டு, எவனோ ஒரு கவிஞன் பாரசீகத்தில் அதற்குப் பூசை வைத்துப் பொங்கலிடுவதும், அந்த 'மது வழிபாடு' அந்த மண்ணோடு மடிந்து விடாமல் அதை நாற்று பிடுங்கித் தமிழ் மண்ணில் நட்டுப் பயிராக்கிவிடவேண்டும் என்று நம்முடைய பாவலன் கண்ணதாசன் துடிப்பதுமான இவற்றின் விளைவுதான் தமிழில் மதுவைப் போற்றும் பாடல்கள்.

'ஒரு கோப்பையிலே என் குடியிருப்பு
ஒரு கோலமயில் என் துணையிருப்பு'

என்னும் பாடலை ஒரு திரைப்படத்தில் அவரே தோன்றிப் பாடியது உமர்கய்யாமின் தாக்கத்தால்தான்.

பாரதிக்குக்கூட 'கிறக்கத்திற்கு' (அபின்) ஆட்படும் பழக்க மிருந்தது. ஆனால் அந்தச் சிறுமையைப் பெருமைப் படுத்தத் தன்னுடைய தமிழை அவன் பயன்படுத்தவில்லை.

திரைப்பாடலைப் பொருட்படுத்தத் தேவையில்லைதான். அது சூழலுக்கும் காட்சிக்கும் ஏற்பப் பாடப்பெறுவது என்றுகூடத் தள்ளி விடலாம்.

ஆனால் கண்ணதாசனின் கவிதைத் தொகுதியிலேயே 'குடி' குறித்த இந்தக் கொள்கை கோலோச்சுகிறது.

'ஓர் கையிலே மதுவும் ஓர் கையிலே மங்கையரும்
சேர்ந்திருக்கும் வேளையிலே சீவன் பிரிந்தால்தான்

நான் வாழ்ந்த வாழ்க்கை நலமாகும். இல்லையெனில்
ஏன் வாழ்ந்தாய் என்றே இறைவன் எனைக் கேட்பான்'

தொகுதி IV: பாடல் 1, 'பெண்ணீயம்'

'தர்மா தர்மமெலாம் சாவுக்குப் பின்னரே
    தங்கமே கிண்ணமெங்கே?
சரிபாதி நீயுண்டு தருவாய் என் கையிலே
    தழுவாது மரணபயமே!'

தொகுதி IV: பாடல் 2, 'மதுக்கோப்பை'

நடுவயதை எய்தியபின் 'அனுபவிக்க வயதில்லையே' என்று
பாடினார் கண்ணதாசன்.

'இருபது வயது திரும்பவேண்டும்; அந்த இடத்திலேயே தன்
ஒருவனைப் பொறுத்தவரை கால ஓட்டம் நின்றுவிடவேண்டும்.
இருபது வயது இளையோனாகவே இருநூற்றைம்பது ஆண்டு
வாழவேண்டும். மறுவற்ற பெண் கூட்டத்தின் மடிகளில் புரண்டு
மகிழவேண்டும். மாற்றி மாற்றி ஊற்றிக் குடித்து அனுபவிக்க
வேண்டும்' என்றெல்லாம் பாடுகிறார் கண்ணதாசன்.

'இருபதே வயதாய் என்னை
    இருநூற்று ஐம்பதாண்டு
பருவத்தில் அவன் வைத்தானேல்
    பார்க்கின்ற அனைத்தும் பார்த்து

மறுவற்ற பெண்கூட் டத்தின்
    மடியிலே புரண்டு நித்தம்
ஒரு கிண்ணம் மாற்றி மாற்றி
    உலகத்தை அனுபவிப்பேன்'

தொகுதி IV: பாடல் 35, 'அனுபவிக்க வயதிலையே'

'எனது இராசாங்கம்' என்றொரு பாடல் எழுதியிருக்கிறார்.
அதுவும் இந்தவகைப் பாடல்தான். கன்னிப் பெண்ணெல்லாம்
மடியை விரித்து தன்னைப் படுக்க வைத்துக்கொள்ள வேண்டு
மென்பதே அப்பாடலின் சாரம்.

'....கன்னிப் பெண்ணெல்லாம்
மடியை விரித்து இம் மன்னனை அழைக்க!
நமது இராசாங்கம் நமக்கே சொந்தம்!
ஆண்டவன் நம்மை 'அங்குவா' என்றால்
அவனை நாம் 'நீ இங்குவா' என்போம்!'

தொகுதி VI: பாடல் 2, 'எனது ராசாங்கம்'

இத்தகைய பாடல்கள் மனத்தில் ஓடும் 'நிரம்பப் பெறாத' ஆசை
களின் வெளிப்பாடுகள்! 'Fantasy' எனப்படும் மனப்புனைவுகள்
இவை! 'Fantasy' எல்லா மனிதருக்கும் உரிய ஒன்றுதான்.

வண்டி இழுக்கிற வரதன்கூட உலக அழகிகள் ஐசுவரியாராயும்,
யுக்தாமுகியும் தன் மடியில் எவர் அமர்வது என்று சண்டை
பிடித்துக்கொள்வதாக மனப் புனைவு செய்து மகிழக் கூடும்! அந்த
மகிழ்ச்சியில் உறங்கியும் போய்விடக் கூடும்! ஆனால் விடிந்த
பிறகு இந்த மனப் புனைவை அவன் பிறரோடு பகிர்ந்துகொள்ள
மாட்டான்.

ஆனால் கண்ணதாசன் இதுபோன்ற மனவோட்டங்களைப்
பிறரோடு பகிர்ந்துகொள்ளப் பெரிதும் விரும்புகிறார்.

இத்தகைய பாடல்கள் ஈரான் நாட்டுக்கு இலக்கியத் தரம்
வாய்ந்தவையாக இருக்கக்கூடும். பேரீச்சம் பழமும் ஒட்டகப்
பாலுமே கிடைக்கும் ஒரு நாட்டில் உமர்கய்யாம் போன்ற
ஒருவன் எழுதியதெல்லாம் இலக்கியம்தான்!

ஆனால் கண்ணதாசன், கம்பனும் இளங்கோவும் பிறந்த
நாட்டிலல்லவா பிறந்திருக்கிறார்!

அது மட்டுமன்று; இது அகவிலக்கியம் பிறந்த நாடல்லவா?
உலகிலுள்ள எல்லா மொழிகளுக்கும் எழுத்திலக்கணமும் சொல்
இலக்கணமும் இருக்கும். ஆனால் தமிழன் கண்ட தொல்காப்பி
யத்தில்தான் வாழ்முறைகள் வகுக்கப்பட்டுப் பொருளிலக்கணம்
சொல்லப்பட்டிருக்கிறது.

மொழிக்கு மட்டுமன்று; வாழ்க்கைக்கும் வரம்பு கற்பித்தான்
வரம்பிலாப் புகழுக்குரிய தொல்காப்பியன்!

கண்ணதாசனைப்போல் ஒளவைக்கும் குடிப்பழக்கம் இருந்
திருக்கிறது. சிறிதளவு கள்ளே கிடைத்ததெனின் அதனைத் தான்

உண்ண நினையாது ஔவைக்கு வழங்கி மகிழ்ந்திருக்கிறான் அதியமான்.

'சிறியகட் பெறினே எமக்கீயும் மன்னே' *(புறம் 235)*

என்று பாராட்டுகிறாள் ஔவை. இந்தப் பாராட்டு கள்ளுக் கில்லை; பெருந்தன்மை மிக்க அதியமானுக்கு! கள்ளில் பாராட்டு வதற்கு என்ன இருக்கிறது புளிப்பைத் தவிர!

தமிழ்தான் தனக்குக் கை வந்திருக்கிறதே என்பதற்காக குடிப்பது தான் பிறப்பின் உச்ச நிகழ்வு என்று பாடவில்லை ஔவை! தனிப்பட்ட ஒருவருக்கு ஒன்றின் மேல் உள்ள தனிப்பட்ட சுவை யுணர்ச்சியைச் சமூகம் அறிந்து ஆகப் போவதென்ன? கண்ண தாசன் பாடிய இத்தகைய பாடல்கள் தாளைப் பிடித்த கேடு!

மேலும் காதலைக் குறிப்பிட்ட ஒருவரின் அனுபவமாகப் பாடும் போக்குத் தமிழில் இல்லை. அப்படிப் பாடுவது தமிழன் கண்ட அகத்திணைக் கோட்பாட்டுக்கு மாறானது. தலைவன், தலைவி என்று பொதுமைப்படுத்தும் பழக்கம்தான் தமிழில் உண்டே தவிர குப்பனும் குப்பியும் என்று பெயர் சூட்டிப் பாடும் முறை தமிழில் இல்லை.

'யாயும் ஞாயும் யாராகியரோ' என்னும் குறுந்தொகைப் பாடல் எவன் எவளிடம் சொல்லியது என்று தெரிவிக்கவில்லை. அதனால் தான் இரண்டாயிரம் ஆண்டுகளில் தோன்றி மறைந்த ஒவ்வொரு இளையோனும் இளையோளும் அந்தப் பாடல் தங்கள் மனக் கருத்தை எதிரொலிப்பதாகவே கருதிச் சுவைத்து வருகின்றனர். சாகாவரம் பெற்ற பாடல்களாக இவை போன்றவை இருப் பதற்குத் தமிழன் வகுத்த அகத்திணை வரைமுறைகளே காரணம்!

'தாய்லாந்துக் கிளிகள்' என்னும் தலைப்பில் தான் தாய்லாந்து சென்றபோது கண்ட அந்நாட்டுப் பெண்களைப் பாடியிருக்கி றார். அவர்களின் அழகை வருணிப்பதில் கண்ணதாசனின் கவிதையாக்கும் திறன் அளப்பரியது!

'பொன்னடங்கிய பெட்டகம்,
கனிபோலடங்கிய மார்பகம்
மின்னடங்கிய மெல்லிடை
அதன்மே லடங்கிய ஆலயம்'

என்றெல்லாம் சொல்லிக் கொண்டே வருபவர்,

'தன்னடங்கிய முனிவனும் மனம்
தானடங்குவதில்லை காண்'

தொகுதி V: பாடல் 43, 'தாய்லாந்துக் கிளிகள்'

என்று முனிவனையே தடுமாற வைக்கும் அழகு என்று
உச்சத்தைத் தொடுகிறார். இப்படிப் பொதுத் தன்மையில்
நடைபோட்டு அனைவரையும் கிறங்க வைக்கும் பாடல், ஒரு
கட்டத்தில் தான் அவர்களில் ஒருத்தியை நுகர்ந்ததாக முடிக்கும்
போது பொதுத்தன்மையை இழந்துவிடுகிறது. மேலும் அவள்
வாடகைப் பெண்ணாக இருக்கக்கூடும் என்னும் எண்ணத்தால்
மதிப்பீட்டில் முற்றிலுமாகச் சரிந்து போய்விடுகிறாள்.

'நெய் திரண்டன மேனியில்
    சில நேரம் நின்றன என் விழி
கொய்து கொண்டது கைவழி
    கலை கூடிநின்றது 'தாய்க்' கிளி!'

தொகுதி V: பாடல் 43, 'தாய்லாந்துக் கிளிகள்'

கவிதை யாத்தல் என்பது ஓர் அழகியல் நிகழ்வு. அது கண்ண
தாசனிடம் முழுமையாக வசப்பட்டு நிற்கிறது!

ஆனால் அவருடைய காதல் பாக்கள் பலவற்றிற்குத் தலைவன்
அவரே என்பதால் அவை பொதுமையை இழந்து விடுகின்றன.
பிறர் சொந்தம் கொண்டாடத் தகுதியற்றவை ஆகிவிடுகின்றன.
அவை தனிமனிதனின் தனித்த அனுபவங்களாகி விடுகின்றன.
இவை அகத்திணை அத்துமீறல்களே!

வெள்ளி வீதியையும், காக்கைபாடினியையும், கபிலனையும்
படித்துவிட்டுக் காதல் பாடினால் நிற்கும்.

உமர்கய்யாமைப் படித்துவிட்டுப் பாடினால் அகத்திணை
அறியாத அரேபியாவிலேதான் போய் நிற்கவேண்டும்!

4

போற்றலும் புழுதிவாரித் தூற்றலும்!

கண்ணதாசனுக்கு நிகராகத் தூக்கிப் பாடுவதற்கும்,
தாக்கிப் பாடுவதற்கும் இனியொருவர் பிறக்க
வேண்டும்.

அவர் ஒருவரைத் தூக்கி நிறுத்துவதற்கும் தாக்கித்
தகர்ப்பதற்கும் தகுதியான காரணங்கள் இருப்பது
முண்டு; இல்லாமல் இருப்பதும் உண்டு!

இரண்டு நிலைகளிலும் அவரிடம் காணப்படுகின்ற
வரம்பு மீறிய போக்கு படிப்போரை அதிர வைத்து
விடுவது வழக்கம்!

அதனால்தான் அவருடைய பாடல்களை அறிய
நேரிட்டோர் எல்லாம் அவருடைய இந்த வரம்பிகந்த
தன்மையையே முதலில் நினைவுகூர்கின்றனர்.

முதல் மூச்சை இழுத்த நாளிலிருந்து கடைசி மூச்சை
விட்ட நாள் வரை அவர் ஒன்றை அறிவுப்பூர்வமாக
அணுகிப் பழக்கப்பட்டிருந்தார் என்பதைவிட,
உணர்ச்சிப் பூர்வமாக அணுகிப் பழக்கப்பட்டிருந்தார்
என்பதே பொருந்தும்!

உணர்ச்சிதானே கவிதையின் அடிப்படை என்று
அவருக்காக வழக்காடுவோரும் உண்டு.

முதலில் திராவிடக் களத்திலிருந்து நேருவைத்
தாக்குகிறார்.

'....சுட்டதொரு
கத்தரிக்காய் என்பேனா? கருங்குதிரை முகம் என்று
சித்தரித்துச் சொல்வேனா? திறம்போன பனம்பழத்தைச்
சப்பியபின் போட்ட தரமென் றுரைப்பேனா?
பழம்போன வாழைத்தோற் பக்குவமே நேருவமை'

தொகுதி 1 & 2, பாடல் 41, 'புகழ் வளர்த்த சென்னை'

பின்பு தேசியக் களத்திலிருந்து நேருவைத் தூக்குகிறார்.

'சீரிய நெற்றி எங்கே
சிவந்தநல் இதழ்கள் எங்கே
கூரிய விழிகள் எங்கே
குறுநகை போன தெங்கே
நேரிய பார்வை எங்கே
நிமிர்ந்த நன் னடைதான் எங்கே
நிலமெலாம் வணங்கும் தோற்றம்
நெருப்பினில் வீழ்ந்த திங்கே!

தொகுதி III பாடல் 16 'அன்புக்கு மரணமில்லை'

இரண்டும் வெவ்வேறு களங்களிலிருந்து பாடப்பட்டவை; எனினும் இரண்டும் நேருவின் தோற்றம் குறித்தவையே!

நேருவின் அரசியல் நிலை குறித்து இரண்டுபட்ட கருத்து இருக்கக்கூடும். வாட்டமான மனநிலையிலும் குன்றியறியாத நேருவின் நிகரில்லா அழகு குறித்து இரண்டுபட்ட கருத்து யாருக்கும் இருக்க முடியாது.

பாடுபொருளில் போதாமை ஏற்படும் நிலையில் வசவு இலக்கியம் வளம் பெறுகிறது! சொல்லுவதற்குச் செய்தி இல்லாத போது பாடுவதில்லை என்னும் கொள்கை கண்ணதாசனுக்கு இருந்திருந்தால் மட்டுமே இந்தக் குறையைத் தவிர்த்திருக்க முடியும்!

ஆனால் அதற்கு மாறாகப் பட்டறிவு பெருகி நல்லதையும் கெட்டதையும் பார்த்துப் பழகிய வயதில், கண்ணதாசன் நேருவின் மறைவு குறித்துப் பாடிய இரங்கற்பா படிப்போரை

யெல்லாம் வாய்விட்டுக் கதற வைக்கும் உருக்கம் மிக்கது. பாடுபொருளும் ஆழமானதாக இருந்து பாடுகின்றவனும் முதிர்ச்சி பெற்றிருக்கும் நிலையில் அந்தப் பாடலின் திறம் அளப்பரியதாக இருக்கும் என்பதற்கு இந்தப் பாடல் ஒரு சான்று!

'பச்சைக் குழந்தை
    பாலுக்குத் தவித்திருக்க
பெற்றவளை அந்தப்
    பெருமான் அழைத்து விட்டான்

வானத்தில் வல்லூறு
வட்டமிடும் வேளையிலே
சேய்க் கிளியைக் கலங்கவிட்டுத்
    தாய்க் கிளியைக் கொன்றுவிட்டான்.'

- மேற்படி

சீன வல்லூறு சிறகடித்து வட்டமிடும் வேளையில் நேருவின் மரணம் நினைத்துப் பார்க்க முடியாததாகிறது.

கூற்றுவன் வேளையல்லா வேளையில் செயல்பட்டிருப்பதால் நாடு நிலைகுலைந்து விடுமே என்னும் பேரச்சத்தில் பாடிய இந்தப் பாடலில் உண்மை பீறிட்டு வெளிப்படுவதால் பாடல் கண்ணதாசனையும் இழுத்துக்கொண்டு போகிறது.

பாடுவோனை வசப்படுத்திக்கொண்டு பிறக்கும் பாடல்கள் கால எல்லைகளைக் கடந்து நிற்கும் ஆற்றல் சான்றவை.

சுட்ட கத்திரிக்காயை உவமையாகக்கொண்டு பிறந்த பாடல் பிதுக்கி எடுக்கப்பட்ட பாடல். அத்தகைய பாடல்களுக்கு நிலை பேறு இருக்க முடியாதுதானே!

இதுபோல கண்ணதாசன் மிகக் கடுமையாகச் சாடிய தலைவர் களில் இராசாசியும் ஒருவர்.

1958ல் கண்ணதாசன் திராவிட இயக்க வரலாற்றைக் காவியமாக்க விரும்புகிறார். அதற்குப் 'பெரும் பயணம்' என்று தலைப்புக் கொடுக்கிறார். மாவோவின் நெடும் பயணத்திற்கு (Long March)

நிகரானது திராவிட விடுதலைப் பெரும்பயணம் என்று மனத்தில் வரித்துக்கொண்டு காவியத்தைத் தொடங்குகிறார். ஆனால் அந்தக் காவியம் முடிவடையாமலேயே சில பக்க அளவில் நின்று விடுகிறது.

காவியத்தின் கரு விரிவு பெற்றுச் செல்வதற்குரிய வகையில் திராவிட விடுதலை வரலாறு நீளவில்லை என்பது கண்ணதாச னின் குற்றமில்லை!

ஆனால் அந்தச் சில பக்கங்களுக்குள்ளும் திராவிட இயக்கம் ஊற்றம் பெறக் காரணமான இந்தி எதிர்ப்புக் குறித்துப் பாடி விடுகிறார்.

1937ல் இராசாசி சென்னை மாகாண முதலமைச்சராக வீற்றிருக் கிறார். காங்கிரசு முதலமைச்சர் என்ற முறையில் தேசிய மொழி யாகக் காங்கிரசால் அறிவிக்கப்பட்டிருக்கும் இந்தியைக் கட் டாயப் பாடமாக்குகிறார். கிளர்ச்சி வெடிக்கிறது. பெரியாரும், அண்ணாவும், நாவலர் சோமசுந்தர பாரதியும், மறைமலை அடிகளும் ஒரு மேடையில் திரள்கின்றனர். பிறகு இராசாசி தளர்கிறார். கட்டாய இந்தி வெறும் விருப்பப் பாட நிலைக்குக் கீழிறங்கி விடுகிறது. இது வரலாறு!

பெருவாரியானவர்களின் மொழி ஆதிக்கம் சிறுபான்மை இன மக்களை இரண்டாந்தரக் குடிமக்களாக்கி விடும் என்னும் அச்சம் நியாயமானதே!

பல மொழிகள் பேசப்படும் ஒரு துணைக்கண்டம் ஒரு நாடாக வடிவமுறும் வேளையில் எல்லா மொழிகளுக்கும் ஒரே மாதிரி யான இடம் கொடுக்கப்பட்டால்தான் அந்த நாட்டின் ஒருமைப் பாடு இறுக்கமுற முடியும். அப்படியல்லாமல் இந்தி போன்ற ஒரு தரமற்ற மொழியை தமிழ் போன்ற இனிய, எளிய, வளமான மொழியின் தலையின் மேலே உட்கார வைப்பது தமிழர்களைச் சீற்றப்படுத்தவே செய்யும் என்பதை மனித குலத்தை உய்விக்க வந்த மகான் காந்தியே நினைத்துப் பார்க்கத் தவறி விட்டார். இவ்வளவுக்கும் காந்திக்குத் தாய்மொழி குசராத்தி.

திராவிட இயக்கம் பிறந்ததால் தமிழ்நாடு பெற்ற தலையாய நன்மை இந்தித் தடுப்பு. ஆகவே அந்த வரலாற்று நிகழ்வைத் தன்னுடைய காவியத்தில் பதிவு செய்தல் ஒரு பாவலனின் கடமையன்றோ!

அதைப் பாடுகிறார்.

1937:

'குள்ள நரிச் செயல் செய்யும் நச்சு உள்ளக்
கொலைகாரன் இராசகோபாலாச்சாரி
கள்ளமறு தாய்நாட்டின் பொறுப்பை ஏற்றுக்
கயமையிலே ஆட்சி புரிகின்றார்! அன்று
பிள்ளை மனங் கெடுப்பதற்கே இந்தியென்னும்
பிய்ந்த செருப்பினை எடுத்துத் தமிழ்ச் சேயின்
உள்ளமதிற் கட்டாயம் புகுத்த வென்று
உரைத்ததனைக் கேட்டவர்கள் துடித்தார் மாதோ!
இளங்குழந்தை நெஞ்சினிலே விஷமா! சீச்சீ!
இழிகுணத்தான் செய்கையினைத் தடுத்தே நிற்போம்!

வளங்ககொல்ல வந்துற்றான் ஆரியப் பேய்
வன்நெஞ்சன்!'

தொகுதி I & II: பக் 172, 'பெரும் பயணம்'

குள்ளநரி, நச்சு உள்ளத்தினன், கொலைகாரன், கயமையில் ஆட்சி புரிபவன், இழிகுணத்தான், ஆரியப் பேய், வன்நெஞ்சன்.

இவையெல்லாம் இராசாசிக்குச் செய்யப்பட்ட சகசரநாம அருச்சனையில் சில நாமாவளிகள்.

ஒருவன் கொள்கையில் பிழைபட்டான் என்று சொல்வதில் பிழை யில்லை! அது அரசியல் திறனாய்வு. ஆனால் அவனைக் கொலை காரன் என்று வருணிக்கும்போது முடிந்த முடிவுகளைத்தான் சொல்லுகிறோமோ என்ற யோசனை ஒருவர்க்கு வேண்டாமா? வசவுக்கும் ஒரு வகை தொகை இல்லையா?

இந்தி ஆதரவுக் கொள்கை தமிழரின் கருவறுக்கும் கொள்கை என்னும் அடிப்படையில் இராசாசி வசவுக்குள்ளாவது தவிர்க்கப்பட முடியாதது என்று வக்காலத்து வாங்குவோர்கள், பிற்காலத்தில் இராசாசி கடுமையான இந்தி எதிர்ப்பாளராகவும், கண்ணதாசன் காங்கிரசு ஆதரவாளராகவும் மாறியது குறித்து எப்படி வழக்காடுவார்கள்?

கண்ணதாசனின் இராசாசி எதிர்ப்பு பல முகங்களை உடையது.

முதலில் திராவிட இயக்கத்திலிருந்ததால் அவருக்கு உண்டாகி யிருந்த பார்ப்பன எதிர்ப்பு நிலை, பின்பு இந்தி மொழித் திணிப் பாளர் என்னும் முறையில் ஏற்பட்டிருந்த அரசியல் வெறுப்பு நிலை!

இப்படித் தொடர்ந்து நீடித்த வெறுப்பு காங்கிரசுக்குக் கண்ண தாசன் மாறிய பிறகு புதிய பரிணாமம் பெறுகிறது. இடம் மாறிய பிறகும் புதிய சூழலிலும் இராசாசி எதிர்ப்புத் தொடரவே செய் கிறது. காரணம், காங்கிரசின் முதல் மந்திரியாக இராசாசி இருக் கிறார். நேருவுக்கும், நேரு பேசிய சமதருமத்துக்கும், பெருந் தலைவர் காமராசருக்கும் கடும் பகை இராசாசியே!

தன்னுடைய தலைவர்களின் பகையைத் தன் பகையாக வரித்துக் கொள்ளும் இயல்புடையவர் கண்ணதாசன். ஆகவே இராசாசி யைத் திட்டுவது மாறவில்லை. திட்டுவதற்கான காரணங்கள் மட்டும் மாறியிருக்கின்றன.

'வால்காவில் குருசேவ் கங்கையிலே நேருவந்தான்
கோசிசினை வால்கா கொண்டுவந்த வேளையிலே
கங்கை நதிக் கரையில் காமராசு எழுந்து நின்றான்
ஒரு நோக்கம்! ஓர் உள்ளம்! ஒன்றே போல் சிந்தனைகள்!

.....இவ்வுறவு

வெள்ளத்தால் அழியாது வெந்தணலால் வேகாது
கள்ளக் கறுப்புக் கண்ணாடிக் கண்களுக்குள்
சாயாது சாயாது'

தொகுதி III: பாடல் 37, 'நட்புறவு'

இந்திய-சோவியத் உறவு கொள்கை வழிப்பட்டது. ஆகவே அழியாது என்று பாடுவது எதிர்பார்க்கக்கூடியதே!

உறவு போன்ற பண்பு நிலையிலான ஒன்றைப் பற்றிப் பேசும் போது அதை வெந்தணலோ வெள்ளமோ அழிக்க முடியாது என்று சொல்வது மரபில்லை. இயற்கைச் சீற்றங்கள் திடப் பொருள்களையே அழிக்க வல்லவை. ஆயினும் உறவின்

வேரோடிய தன்மையை வலியுறுத்த அப்படிப் பாடியிருப்பார் என்று விட்டு விடலாம்.

இவற்றால் எல்லாம் அழிக்க முடியாத உறவைக் கறுப்புக் கண்ணாடிக்காரரான இராசாசி அறுத்துவிட முடியுமா என்று கேட்டால் அது நியாயமே!

ஆனால் 'கள்ளக்' கறுப்புக் கண்ணாடிக்காரர் என்று குறிப்பதிலே என்ன நியாயம் இருக்க முடியும்?

சமதருமம் (Socialism) ஒரு பொருளாதாரக் கொள்கை. கட்டுப்பாடற்ற சந்தைப் பொருளாதாரம் (Market Economy) என்பது இன்னொரு பொருளாதாரக் கொள்கை.

மனிதர்களுக்குள் பொருளாதார ஏற்றத்தாழ்வு இருக்கக்கூடாது. ஒருவன் மாளிகையிலும் இன்னொருவன் வெட்டவெளியிலும் வாழ நேர்வதை ஒரு முடிவுக்குக் கொண்டுவரப் பணக்காரனை ஒழிக்கவேண்டும் என்று சமதருமம் சொல்லுகிறது. சுரண்டு பவனை ஒழிக்காமல் ஏழ்மை எவ்வாறு அகலும் என்று அது கேட்கிறது. நியாயம் தானே!

'நானும் ஏழை முன்னேறவேண்டும் என்றுதான் சொல்கிறேன். பொருள் உற்பத்தி நடந்தால்தான் வளம் பெருகும். வளம் பெருகினால்தானே அதில் ஒரு பகுதி ஏழைகளுக்குப் போகும். எந்தச் சோசலிச அரசின் கீழும் பொருள் உற்பத்தி சரிவர நடக்காது. அப்புறம் ஏழ்மையை எப்படிப் போக்கமுடியும்? பணக்காரன் இருந்தால் என்ன பிழை? ஏழ்மை இருக்கக்கூடாது என்பதுதானே நியாயம்' என்று இராசாசி கேட்கிறார். Laissez-faire என்னும் அரசின் தலையிடாக் கொள்கையை ஆதரிக்கிறார்.

இரண்டும் இரண்டு கருதுகோள்கள் (Concepts) அவ்வளவுதானே!

ஆனால் மாற்றுக் கருத்துடையவனெல்லாம் கள்ளன் என்று சொல்வது கண்ணதாசனைப் பற்றி உயர் கருத்து ஏற்படுவதற்கு எந்த வகையில் உதவும்?

அறிவர்க்கெல்லாம் அறிவனான கார்ல் மார்க்சால் வகுக்கப் பெற்ற சமதருமம் போன்ற இணை சொல்ல முடியாத கொள்கையை நிலைநிறுத்த அறிவியல் பூர்வமான வழிகள் ஆயிரம் இருக்கும்போது, இராசாசியைக் 'கள்ளன்' என்று கீழ்மைப்படுத்தித்தானா சமதருமத்தைக் காப்பாற்றவேண்டும்?

இராசாசி கள்ளனென்றால் எவன் தூயன்? நம்மையெல்லாம் எந்தத் தட்டில் வைப்பது?

வாய்க்கு வந்ததை எல்லாம் பேசுவது, மனத்துக்குத் தோன்றியதை எல்லாம் எழுதுவது என்றொரு பழக்கத்தை வைத்துக்கொண்டு எவ்வாறு காலத்தைத் தாண்டி நிற்க முடியும்?

இந்தக் கலக்கம் கண்ணதாசனுக்கும் ஒரு கட்டத்தில் ஏற் பட்டிருக்கவேண்டும்.

பிறப்பிலேயே நல்லவர் கண்ணதாசன். பொய்ம்மை அவருடைய இயல்பில்லை. தன்னல அடிப்படையில் அவர் எதையும் பேசுவதுமில்லை; செய்வதுமில்லை.

எதிலும் இறுக்கமாக இல்லாத போக்கு அவருக்கு வாய்த்த நற்பேறுகளுள் ஒன்று. ஆகவே காலத்தின் கைகளில் அவர் வளர் கிறார். காலம் பாறைகளையும், முட்டாள்களையும் தவிர மற்ற எல்லாரையும் பக்குவப்படுத்தி வளர்க்கும் தன்மையுடையது! ஆகவே ஒரு கட்டத்தில் தன்னுடைய கோணல்களைத் தானே நிமிர்த்திக்கொண்டு வருகிறார்.

முந்திய நிலைகளோடு முரண்படுகிறோமோ என்ற கூச்சத்துக்கு இடமளிக்காமல் முற்றிலும் புதிய நிலையில் நின்று புதிய கோணத்தில் பாடி விடுகிறார்.

இராசாசி இறந்த உடந்தையில் அவர் பாடிய பாடல் பழைய கசடுகளையெல்லாம் அடித்துக்கொண்டு போய்விடுகிறது.

இராசாசியோடு தொண்ணூற்றைந்து ஆண்டுகளும் சேர்ந்து வாழ்ந்தவன்கூட அவரை இவ்வளவு தெளிவாக அறிந்து எழுதி யிருக்க முடியாது.

இராசாசியைத் திட்டி எழுதிய பாடல்களெல்லாம் கண நேரத்தில் எண்ணம் முகிழ்த்தவுடன் பிறந்தவையாகவே இருக்கும். கண்ணதாசன் இருந்த ஒவ்வொரு அரசியல் கட்சியும் அவரை ஒரு நிலைக்குத் தள்ளியபோது அத்தகைய பாடல்களை எழுத வேண்டிய கட்டாயம்கூட அவருக்கு இருந்திருக்கும்.

ஆனால் அவற்றையெல்லாம் மாற்றி ஒரு புதிய கோணத்திலும், உரிய கோணத்திலும் இராசாசியை எழுதுவதற்கு ஒரு கணநேர யோசனை போதுமானதாய் இருந்திருக்க முடியாது.

இந்த மாற்று எண்ணம் வளர்வதற்குப் பல ஆண்டுகள் எடுத்துக் கொண்டிருக்கும்; ஊன்றிக் கவனித்தல் தேவைப்பட்டிருக்கும்; பழைய எண்ணங்கள் படிப்படியாக அழிந்து புதிய எண்ணங்கள் பிறந்திருக்கும். திரண்டு நின்ற இந்த எண்ணங்கள் வெளிப்பட வாய்ப்பை நோக்கிக் கொண்டிருந்தபோது இராசாசியின் சாவு நிகழ்ந்திருக்கும். காலத்தோடு சொல்லத் தவறிவிட்டோமே என்ற உணர்ச்சியும் இப்போது சேர்ந்துகொண்டிருக்கும். இவ் வளவு உணர்ச்சி அழுத்தங்களுக்கிடையே இராசாசி குறித்த இரங்கற்பா வெடிக்கிறது; பெருங் குரலெடுத்து வெடிக்கிறது; பேரழுகையாக வெடிக்கிறது.

தொண்ணூற்றைந்து ஆண்டுகள் வாழ்ந்த மனிதனைப் பார்த்து, இன்னும் ஐந்தாண்டுகள் வாழ்ந்திருந்தால் குறைந்தா போயிருக் கும் என்று கண்ணதாசன் கேட்கும்போது அந்த உணர்ச்சி நம்முடைய மயிர்க்கால்களில் தைக்கிறது. படித்துக் கொண்டிருக் கும் கண்களைக் கண்ணீர் மறைக்கிறது.

'ஊராட்சி என்றாலும்
நகராட்சி என்றாலும்
ஒழுக்கத்தைவேண்டும் ஒருவன்

ஒருபோதும் தன் கட்சி
நிருவாகத் தலையீட்டை
ஒப்புக் கொள்ளாத தலைவன்

சீரான அரசாட்சி
சிலகாலம் செய்தாலும்
திறமாகச் செய்த புனிதன்

தென்னாட்டு மாந்தர்தம்
திறமைக்குச் சான்றாகித்
தேசத்தை ஈர்க்க தமிழன்

தேராத நூலில்லை
தெளியாத பொருளில்லை
சென்றோடி விட்ட தெனவோ?

செழுமைமிகு பொருள்கள்தரும்
அழகுமிகு கீதையெனும்
தேர்தந்த பரந்தாமனே!

வாழ்வாங்கு வாழ்வாரைத்
தெய்வத்துள் வைக்குமொரு
வையத்துள் வாழு மனிதா

வையத்தில் இராசாசி
வாழ்வுக்குச் சான்றாக
வாழ்வொன்று எங்கும் உளதா?

ஊழோங்கி உயிர் வாங்கி
உடல்கூடென்று ஆனாலும்
உள்ளத்தைக் காலம் வெலுமோ?

ஒரு கோடி வருடங்கள்
ஓடட்டும் அவர் சொன்ன
உரைகூட ஓடிவிடுமோ?

மாபா ரதத்தினிலும்
ராமா யணத்தினிலும்
மனதார மூழ்கி நீந்தி

மனநீதி பொய்யாது
மறைநீதி அகலாது
வாழ்ந்தார்க்கு ஆத்ம சாந்தி

பூபாரம் ஏற்றானை
புகழ்ப்பாரம் கொண்டானை
பொழுதென்றும் வாழ்த்து மனமே!

பொய்யாத மானிடர்கள்
இவர்போலச் சிலரேனும்
பொன்னாட்டில் வருக தினமே!

தொகுதி VI: படல் 72, 'தேசத்தை ஈர்த்த தமிழன்'

இராசாசி போன்றவர்கள் எவ்வளவு வாழ்ந்திருந்தாலும் போதாமை உணர்ச்சியே எஞ்சி நிற்கும்.

இராசாசியின் ஆட்சி நேர்மை - நிர்வாகத் தலையீட்டை ஒப்புக் கொள்ளாத தன்மை - ஆட்சித் திறன் - அறிவுத் திறன். வரம் பில்லாப் படிப்பு - இணை சொல்ல முடியாத தவ வாழ்வு - காலத்தால் அழிக்க முடியாத அவருடைய உரைகள் - இராமா யண மகாபாரதத் திளைப்பு - மனநீதி பொய்யாது, மறைநீதி அகலாது வாழ்ந்த வாழ்வு என்று வரிசையாகப் பட்டியலிட்டுப் பட்டியலிட்டு மாய்ந்து போகிற கண்ணதாசனின் முத்தாய்ப்பு வரி அந்தப் பாட்டுக்கே மகுடம் சூட்டும் வரி!

பொய்யாத மானிடர்கள் இவர்போலச் சிலராவது இடை யிடையே பிறக்கவேண்டும் என்று கீதை தந்த பரந்தாமனுக்குக் கோரிக்கை வைக்கும்போது, இடையிடையே வந்து பிறப்பது பரந்தாமனுக்குரிய பழக்கமல்லவா என்னும் எண்ணம் அதோடு இணைந்து நினைவில் படுகிறது!

கண்ணதாசன் பாடல்களையெல்லாம் இராசாசி படித்திருப்பாரா என்று சொல்ல முடியாது. ஆகவே கண்ணதாசனின் பழிப்புகளை இராசாசி அறிந்திருக்க வாய்ப்பில்லை. அறிந்திருந்தாலும் மனச்சமநிலை உடைய அவருக்கு இவையெல்லாம் ஒரு பொருட்டில்லை!

ஆனால் அவருடைய சாவில் கண்ணதாசன் கல்லும் மண்ணும் உருகப் பாடிய பாட்டை ஒருமுறை ஒரேயொருமுறை படிப்பதற் காகவாவது ஒரு கணப்பொழுது உயிர்த்தெழும் வரத்தை இராசாசி இறைவனிடம் கோரிப் பெற்று வருவது தகும்!

5

பலர் வீட்டுப் பிச்சையைத்தான் தமிழென்பாயா?

மறைமலையடிகளின் தமிழைத் தமிழில்லை என்று எவனோ சொல்லியிருக்கிறான்; செருப்பால் அடிக்காத குறையாக எகிறுகிறார் கண்ணதாசன். அப்படிச் சொன்னவனைச் செத்தமொழி பெற்ற மகன் என்று இனங்காட்டுகிறார். அவனைச் சிறுநரி என்று வகைப்படுத்துகிறார்.

எதடா தமிழ்? சந்தோஷமும் சம்சாரமும் தமிழா? கல்யாணமும் மாங்கல்யமும் தமிழா? போஜனமும் பூலோகமும் தமிழா? எதடா தமிழ்? வயிறு எரிகிறது கண்ணதாசனுக்கு.

அடுக்கியடுக்கிக் கேட்கிறார்.

'வேரெடுத்த செம்மைமொழி தமிழல் லாமல்
வேறெதுதான் தமிழாகும்! அத்திம் பேரும்
பூரிகளும் ஸ்வாமிகளும் ஆச்சார் யாளும்
பூரணமும் ஸ்வாகதமும் தமிழா? ஜோடி
நாரியரும் மங்களமும் தமிழா? அஸ்வ
ரட்சகரும் பக்ஷிகளும் தமிழா? வேத
பாரதமும் சமிதிகளும் தமிழின் சொத்தா?
பலவீட்டுப் பிச்சையைத்தான் தமிழென் பாரா?

திருமணத்தில் இழவோசை! பெயர்களெல்லாம்
செத்தமொழி வடிவங்கள்! மேடையெங்கும்

திருமாற்றும் ஸ்ரீமான்கள், பிரசங்கங்கள்
சேர்ந்திருப்ப தெல்லாம் மகா ஜனங்கள்!
குறள்கூறும் அவையினிலே 'ஸ்மிருதி' நாற்றம்
குறிக்கவரும் அதிகாரம் அத்தி யாயம்!
பொருள்கூறும் உணவுக்கோ போஜனங்கள்!
பூலோகம் தேவாக்கள் ஈஸ்வ ராளே!

சையோகம் சந்தோஷம் தாப ருத்ரம்
சம்சாரம் சன்யாசம் பரத நாட்யம்
வைபோகம் மாங்கல்யம் சுபமு கூர்த்தம்!
மதபேதம் ஸ்ரீலஸ்ரீ பஜனை பூஜை
கைலாகு நைவேத்யம் கமல பந்தம்
கல்யாணம் பிதுர்பாத்யம் அர்த்த ஜாமம்!
தெய்வாம்சம் ஸ்ரீபாதம் தேவி புஷ்பம்
ஸ்வாரஸ்யம் பகுநேர்த்தி தேவ மாதா!
இவையெல்லாம் தமிழென்பான் அடிகளாரின்
எழில் கண்டு புலம்பு கிறான்'

தொகுதி I & II: பாடல் 48, 'தமிழ் போலும் மொழியில்லை'

'பல வீட்டுப் பிச்சையைத்தான் தமிழென்பாரா?' என்னும் வரி தனித்தமிழிலக்கியத்தைக் கொள்கைப்படுத்தும் வரி!

வக்கற்றவன் வகையற்றவன் பிச்சை எடுப்பான்; வளமானவன் பிச்சை எடுத்தால் முகத்தில் காறி உமிழ மாட்டார்களா? மூடன் என்று ஏச மாட்டார்களா?

ஒரு பிச்சைக்காரன் பல வீடுகளில் பிச்சை எடுப்பான்; அவன் எடுக் கும் வாந்தியும் பல வீட்டுச் சார்புகளை வெளிப்படுத்தும். பிச்சைக் காரன் எடுத்த வாந்தி போலத்தானே ஆங்கிலமும் இந்தியும் பல வண்ணம் காட்டுகின்றன! இந்த நிலை தமிழுக்கு எதற்கு?

தமிழில் கலப்புக் கூடாது என்பதோடு நிறுத்திக் கொண்டாரா கண்ணதாசன்? இல்லையே!

குறள் கூறும் அவையினிலே சுமிருதிக்கு என்ன வேலை என்று கேட்கிறார். வேதத்திற்கும் தமிழுக்கும் என்ன தொடர்பு என்று வினவுகிறார்.

'உலகில் தமிழுக்கும் மேலான மொழி இருக்கிறதா?' என்றும் கேள்வி எழுப்புகிறார்!

'இருக்கிறது!' என்று சொல்லி விடுகிறான் ஒருவன்.

'உன்னையெல்லாம் பெற்றவள் பெண்ணே இல்லை' என்று அவன் முகத்தில் அறைந்து பாட்டையும் முடிக்கிறார் கண்ணதாசன்.

'திறங்கொண்டு வேர்கண்ட தமிழில் லாமல்
எப்போதும் புகழ்பாடும் மொழியே இல்லை!
இருக்கின்ற தென்பான் தாய் பெண்ணே இல்லை!'

தொகுதி I & II: பாடல் 48, 'தமிழ் போலும் மொழியில்லை'

இவ்வளவு தெளிவாகத் தமிழ் என்பது தனித்தமிழ்தான் என்று முரசறைந்தவர் பிற்காலங்களில் அதற்கு நேர்மாறான நிலையை மேற்கொள்கிறார்.

பல வீட்டுப் பிச்சையாகத் தமிழ் மாறினாலொழிய அதற்கு வளர்ச்சி இல்லை என்று பேசத் தொடங்கி விடுகிறார்!

தமிழைச் சாக்கடையில் குளிப்பாட்டினால்தான் மணக்கும் என்று கூறத் தொடங்கி விடுகிறார்.

எந்த மறைமலையடிகளின் தமிழ்தான் தமிழ் என்று கண்ணதாசன் சாதித்தாரோ அதற்கு நேர்மாறாகக் கடைசிக் காலங்களில் 'மணிப்பிரவாளந்தான் தமிழ்' என்று சாதிக்க முற்பட்டுத் தலைகுப்புறச் சரிகிறார்.

கண்ணதாசன் எழுதுகிறார்.

'பிறமொழிச் சொற்கள் கலப்பதை எல்லா மொழிகளும் நாகரிகமாகவே ஏற்றுக் கொண்டிருக்கின்றன. ஆங்கில மொழி ஆண்டுக்காண்டு புதுமை பெறுகிறது. ஆங்கிலப் பயிற்சி சுலபமாக இருப்பதற்கும் இதுதான் காரணம்'

சத்திய முத்திரை, ப.56 'தனித்தமிழ்'

பல வீட்டுப் பிச்சையைத்தான் தமிழென்பாரா? என்று கேள்வி கேட்ட அதே கண்ணதாசன்தான் 'பல வீட்டுப் பிச்சைதான் தமிழ்' என்று நிறுவப் புறப்படுகிறார். இது காலத்தின் கோலம்!

மாறுவது பிழையில்லை; மாறுவதற்கான காரணம் தெளிவாக இருக்க வேண்டாமா? மனம் போன போக்கெல்லாம் போவதற்கா மாறுதல் என்ற பெயர்? சிரிக்க மாட்டார்களா?

ஆங்கிலம் பிறமொழிச் சொற்களைக் கலந்து கலந்து புதுமை பெறுகிறதாம்!

அந்த நொண்டி மொழியை ஈ.வெ.ரா. பெரியாரும் கண்ண தாசனும்தான் மெச்சிக்கொள்ளவேண்டும். ஒரே சொல்; அதே எழுத்து; ஆனால் அதைப் பெயர்ச் சொல்லாகப் பயன்படுத்தும் போது ஒரு மாதிரி ஒலிக்க வேண்டுமாம்; வினைச் சொல்லாகப் பயன்படுத்தும்போது அதையே வேறு மாதிரி ஒலிக்க வேண்டு மாம்! வெள்ளைக்காரனையே கிறுக்குப் பிடிக்க வைக்கும் மொழி அது! வேறு வழியில்லாமல் அந்த நொண்டி மொழியைக் கட்டிக்கொண்டு வெள்ளைக்காரர்கள் அழுது கொண்டிருக்கி றார்கள். அது அவர்களின் தலைவிதி! பெரியாருக்கும் கண்ணதாச னுக்கும் என்ன வந்தது?

‘வந்தான்’ என்றொரு சொல் தமிழில் தனித்துக் காணப்பட்டாலும் அதைப் படிக்கும்போது திணை தெரிகிறது; பால் தெரிகிறது; காலம் தெரிகிறது; ஆங்கிலத்தில் ‘come’ என்றொரு சொல் தனித்துப் படிக்கப்பட்டால் என்ன தெரியும்? மயிர்தான் தெரியும்!

ஆனாலும் நம்முடைய கண்ணதாசனுக்கோ, ஆங்கிலம்தான் ‘சுலப மான’ மொழி. பிச்சையெடுப்பதால் அதுதான் வளரும் மொழி!

அந்த மொழி இவ்வளவு செல்வாக்கை அடைந்ததற்கு அத னுடைய வளமா காரணம்? சொல்லட்டுமே கண்ணதாசன்!

இரண்டாயிரம் ஆண்டுகளாகப் பிச்சுவாக் கத்தியும் வெட்டரி வாளும்தான் தமிழனின் ஆயுதங்கள். வெடிமருந்தோடு வந்திறங் கிய வெள்ளையன் வென்றான்! ஆங்கிலம் அரியணை ஏறியது! ஆதிக்கக்காரனின் வியர்வைகூட அடிமைக்குப் பன்னீராய் மணப்பது உலக வழக்கம்தானே!

மேலும் கண்ணதாசன் எழுதுகிறார்:

> ‘சர்ச்சில் காலத்துக் குடிமக்கள் தங்கள் ஆங்கிலத்தைச் சாசர் காலத்திற்குக் கொண்டுபோக முயலவில்லை. நாமோ தொல்காப்பியர் காலத்துக்கு ஓடிப் போக விரும்புகிறோம்.’

- சத்தியமுத்திரை, ப.59 ‘தனித்தமிழ்’

சாசர் காலத்து ஆங்கிலம் முதலில் சர்ச்சிலுக்குப் புரியுமா? சர்ச்சில் ஆங்கிலம் பேசுவதை சாசர் கேட்க நேர்ந்தால் சர்ச்சில் ஒரு எசுக்கிமோ (Eskimo) என்று கருதிக்கொள்வார். சர்ச்சிலும் ஆங்கிலம்தான் பேசுகிறார் என்று சாசரை யாராலும் நம்ப வைத்திருக்க முடியாது!

ஆனால் தொல்காப்பியன் மீண்டும் தோன்றிக் கருணாநிதியின் கூட்டத்துக்கோ, கண்ணதாசனின் கூட்டத்துக்கோ வந்தால் எந்தத் தடையுமில்லாமல் என்ன பேசப்படுகிறது என்பதைத் தெளி வாகப் புரிந்துகொள்வார். தமிழை மழைபோல் பொழிகிறார் களே என்று போற்றவும் செய்வார்!

உலக மாந்தரினத்துக்கும் குறிப்பாகத் தமிழினத்துக்கும், எல்லாம் வல்ல இறைவன் அளித்த தன்னிகரற்ற கொடையான வள்ளுவ னுக்கு, ஐந்தாவது வகுப்புக்கு மேல் படித்த ஒவ்வொருவனும் உரையெழுதி விட்டானே! இரண்டாயிரம் ஆண்டு கால இடை வெளியைத் தாண்டி ஒவ்வொருவனுக்கும் வள்ளுவன் தெளி வாகப் புரிவதுதானே காரணம்!

இது தமிழின் தொடர்ச்சியைக் காட்டவில்லையா!

'நாம் தொல்காப்பியர் காலத்திற்கு ஓடிப்போக விரும்புகிறோம்'

என்னும் கண்ணதாசனின் குற்றச்சாட்டு பகுத்தறிந்து பகரப் பட்டதுதானா?

சாசர் காலத்து ஆங்கிலம் வேறு; சர்ச்சில் காலத்து ஆங்கிலம் வேறு என்பது அந்த மொழிக்குப் பெருமை சேர்க்கக் கூடியது தானா? அது ஒரு தொடர்ச்சியற்ற மொழி என்பதற்கான அடை யாளங்களல்லவா இவையெல்லாம்!

'தமிழ்நாட்டின் சிறந்த எழுத்தாளர்கள் யாவரும் மணிப் பிரவாளத்தில் எழுதியிருக்கின்றவர்களேயன்றித் தனித் தமிழில் எழுதி வைக்கவில்லை.'

மேற்படி ப.57

என்று அவர்களையும் துணைக்கு அழைத்துக்கொள்கிறார் கண்ணதாசன்.

சிறந்த எழுத்தாளர்கள் யார் என்ற கேள்வியை ஒருபுறம் ஒதுக்கி வைத்துவிட்டு யார் பலரால் அறியப்பட்டார்களோ அவர்களே

சிறந்த எழுத்தாளர்கள் என்று கொண்டால்கூட பத்து முப்பது ஆண்டுகளுக்கு மேல் நிலைத்து நின்ற எழுத்தாளன் எவன் இருக் கிறான்? பத்தாயிரம் ஆண்டுகளையும் தாண்டி வாழ வேண்டிய மொழிக்கு இவனா முன்மாதிரி?

சுள்ளிகள் விரைந்து தீப்பற்றிக்கொள்ளும்; விரைந்து அணைந்து விடும்; கணப்புத் தாங்காதவை என்பதையெல்லாம் நினைத்துப் பார்க்கக் கண்ணதாசனுக்கு நேரமில்லை போலும்!

'நாம் தொல்காப்பியர் காலத்துக்கு ஓடிப்போக விரும்புகிறோம்' என்று சலித்துக் கொள்கிறாரே கண்ணதாசன்!

அப்படித் தொல்காப்பியன் காலத்துக்கு ஓடிப்போய் அவன் கிழித்த கோட்டுக்குள் நின்றவன்தான் வாழ்கின்றான்; மற்றவ னெல்லாம் தொலைந்து போனான் என்ற உண்மை கண்ணதாச னுக்குத் தெரியாது போலும்! கபிலன் நின்றான்; பிசிராந்தை நின் றான்; மாசாத்தி நின்றாள்; பூங்குன்றன் நின்றான்; ஔவை நின்றாள்; தெய்வப் புலமைத் திருவள்ளுவன் நின்றான்; இளங்கோ நின்றான்; மாணிக்கவாசகர் நின்றார்; கல்வியிற் பெரிய கம்பன் நின்றான்; தமிழ் வாழ்த்துப் பாடிய சுந்தரம் பிள்ளை, தனித் தமிழியக்கத் தலைவன் மறைமலை அடிகள், பார்ப்பன வகுப்பில் ஒரு பச்சைத் தமிழன் பரிதிமாற் கலைஞன், நினைவிருந்த பொழுதெல்லாம் தமிழையே சிந்தித்த தேவநேயப் பாவாணர், பாவலரேறு பெருஞ்சித்திரனார், தமிழ்வழிக் கல்வி வேட்கையர் அறிஞர் வ.சுப.மாணிக்கம், நிகரற்ற பாரதி, தமிழைப் பாடுவதற்கென்றே பிறப்பெடுத்த பாரதிதாசன் என்று தொல்காப்பியன் கிழித்த கோட்டைத் தாண்டாதவர்களெல்லாம் காலத்தை வென்று இன்றும் வாழ்கின்றார்கள்; நாளையும் வாழ்வார்கள்!

தொல்காப்பியக் கோட்டைத் தாண்டியவர்களெல்லாம் காணா மல் போய் விட்டார்கள். அவர்களெல்லாம் மணிப்பிரவாள நடையில் எழுதியவர்கள். ஸ்ரீ புராணம் என்னும் மிகச் சிறந்த சமணநூலை யாருக்குத் தெரியும்?

நாலாயிர திவ்யப் பிரபந்தத்துக்கு முப்பதாயிரம் படி என்றெல் லாம் 'ஈடு' என்ற பெயரில் விளக்கவுரை எழுதினார்களே, அதை ஒரு முறையாவது கண்ணதாசன் படித்து விளங்கிக்கொள்ள முயன்றதுண்டா? இவர் பரிந்துரைக்கும் மணிப்பிரவாள நடை யிலேதான் அவையெல்லாம் எழுதப்பட்டிருக்கின்றன. 'ஈட்டின்

தமிழாக்கம்' என்ற பெயரில் தமிழில் எழுதப்பட்டதையே தமிழில் மொழிபெயர்த்திருக்கிறார்கள்! இதைவிட வெட்கக் கேடு வேறென்ன இருக்க முடியும்?

தமிழில் இருக்கிற நாலாயிர திவ்வியப் பிரபந்தம் என்னும் மூலநூல் விளங்கும்; ஆனால் அதற்கு எழுதப்பட்ட உரை விளங் காது; ஏனென்றால் அது கண்ணதாசனின் நெஞ்சைக் கவர்ந்த மணிப்பிரவாள நடையில் எழுதப்பட்டிருக்கிறது.

தான் எழுதியது அடுத்து வருங்காலங்களில் எவனுக்குமே விளங்கப் போவதில்லை என்று ஈட்டின் ஆசிரியர்களுக்குத் தெரிய நேர்ந்திருந்தால் அவர்கள் நொந்து போயிருக்க மாட்டார் களா? நெஞ்சில் அடித்துக்கொண்டு அழுதிருப்பார்களே! காணா மல் போவதற்கா இவ்வளவு முயற்சி என்று கதறிக் கண்ணீர் வடித்திருப்பார்களே! அதே மணிப் பிரவாள நடையை நிகழ்கால இலக்கிய ஆசிரியர்களுக்குக் கண்ணதாசன் பரிந்துரைக்கிறாரே! இது நல்லதற்கா அல்லது அவர்களை நாசப்படுத்துவதற்கா?

பாரதியின் பாடல்களிலுள்ள செறிவும் நேர்த்தியும் உரைநடை யில் இல்லையே, ஏன்? பாரதியின் உரைநடையைக் கெடுத்தது அளப்பரிய வடமொழிக் கலப்புதானே!

பாரதியின் உரைநடையோடு கண்ணதாசனின் உரைநடையை ஒப்பிட்டால் பாரதியைவிட நூறு மடங்கு நேர்த்தி உடையது கண்ணதாசனின் உரைநடை. நடைச் சிறப்பு ஒருபுறம், அயற் சொற்கலப்புக் குறைவு என்பது இன்னொரு புறம். இவை இரண்டுமாகச் சேர்ந்து கண்ணதாசனைச் சிறந்த உரைநடையாள னாகத் தூக்கி நிறுத்தி விடுகின்றன.

இது தொல்காப்பியனிடம் தன்னையறியாமல் கண்ணதாசன் பட்ட கடன்!

6

ஆரிய திராவிடப் போர்

இந்திய விடுதலைப் போர் இந்தியப் பண்பாட்டு மீட்புப் பணியை உடன் கொண்டு நடந்ததுபோல், திராவிட விடுதலைப் போரிலும் திராவிடப் பண் பாடு மீட்டுருவாக்கம் செய்யப்படுவது முதன்மை பெற்றுத் திகழ்ந்தது.

ஆரியப் பண்பாட்டுக்கு எதிராகத் தமிழ்ப் பண்பாடு நிறுத்தப்பட்டது. ஆரியப் பண்பாடு வடபுலப் பண் பாடாக முன்வைக்கப்பட்டது.

இராமாயணம், மாபாரதம் போன்ற இதிகாசங்கள் இழித்துரைக்கப்பட்டன. மனித அறிவு கொண்டு சாதித்த வியத்தகு கதைக் கருவூலங்களான இந்த இதிகாசங்கள் எரிக்கப்படவேண்டும் என்ற அள வுக்கு எதிர்ப்புணர்வு வளர்க்கப்பட்டது. 'தீ பர வட்டும்' என்று அண்ணாவே இராமாயண எதிர்ப்புச் சொற்பொழிவாற்றினார்.

இராவணன் திராவிடனாகக் கருதப்பட்டான். மாற்றான் மனைவியைக் களவாடி வந்த சிறியேன் என்று கதைப் போக்கில் சிந்திக்கப்படாமல் அவனைத் தன் இனத்தானாகப் போற்றும் புதிய போக்கு தமிழ்நாட்டில் வளரத் தலைப்பட்டது.

புலவர் குழந்தை 'இராவண காவியம்' என்று தலைப் பிட்ட பா வடிவிலான நூலொன்று படைத்தார்.

பாரதிதாசனும்,

'என் தமிழர் மூதாதை! என் தமிழர் பெருமான்
இராவணன்காண்! அவன் நாமம் இவ்வுலகம் அறியும்!
வஞ்சக வீடணனின் அண்ணனென்று தன்னை
வையகத்தார் சொல்லுமொரு மாபழிக்கே அஞ்சும் நெஞ்சகன்......'

பாரதிதாசன் கவிதைகள் தொகுதி 1: பாடல் 65

என்று இராவணனை மேலே விழுந்து உச்சி மோந்து பாராட்டு
கிறார். இராவணனை உடன்படுகிறவனைத் தமிழரென்பேன்;
அல்லாதவரைச் சழக்கரெனச் சொல்வேன் என்று இன அடை
யாளத்துக்குப் புதிய அளவுகோல் வைக்கிறார் பாரதிதாசன்.

இவ்வளவு பேரும் இராவணனைப் பாராட்டிய பிறகு கண்ண
தாசனால் சும்மா இருக்க முடியுமா? மேலும் இவரும் அதே
காலத்தின் வித்துத்தானே!

'வீடணக் குலத்தை வேரொடு சாய்ப்பாய்
வேற்றவர் மார்பில் காலூன்றி நடப்பாய்'

I & II: பாடல்-31.

இராவணன் மாற்றான் மனைவியைக் கடத்தி வந்திருந்தாலும்,
இனத்தான் என்ற முறையில் இராவணனுக்குத்தான் வீடணன்
விசுவாசம் பாராட்டியிருக்க வேண்டுமே ஒழிய, மனைவியைப்
பறி கொடுத்த இராமனுக்கு அன்று. அப்படிச் செய்வது துரோகச்
செயல் என்பது திராவிட இயக்கத்துக் கண்ணதாசன் வாதம்!
இந்தச் சிந்தனை கண்ணதாசன் பாரதிதாசனிடம் பெற்ற
'பிதுரார்சிதச்' சொத்து!

இதே போக்கில் அதே வேகத்தில் பாஞ்சாலி பண்பாடு வடக்
கத்திப் பண்பாடு என்றும், கண்ணகி பண்பாடு தெற்கத்திப்
பண்பாடு என்றும் கண்ணதாசன் பாகுபடுத்திப் பாராட்டுகிறார்!

'பத்தினி நின் பாடம்
    படிக்கும் தமிழ் மக்கள்
பாஞ்சாலி பாடம்
    படிக்கின்றார் அம்மம்மா!'

I & II: பாடல் 27

இது மட்டுமென்று, இன்னும் எவ்வளவோ பாடல்கள் இதே பாங்கில் அவருடைய கவிதைத் தொகுதிகளில் காணப்படுகின்றன.

‘குதிரையைக் கூடிய கோமள வள்ளிகள்
கூடியிருந்தது வடநாடு
பதிமுறை காத்தநற் பத்தினிப் பெண்மையின்
பண்பு வளர்த்தது தென்னாடு
காதலர் கண்டதும் மேகலை வீழ்வுறும்
காமம் வளர்த்தது வடநாடு
காதலர் கண்டதும் நாணிய பெண்மையிற்
கற்பு நிலைத்தது தென்னாடு’

I & II: பாடல் 38

வில்லை ஒடித்தவன் காதலன் இராமன்தான் என அறிந்ததும் சீதையின் அல்குல் பெருக்கமடைந்து மேகலை அறுந்து வீழ்ந் ததைப் பாடுபவன் தென்னாட்டுக் கம்பன்தான்! காமம் சுரக்கும் போது அல்குலும் மார்பும் பெருக்கமடைவது உலகப் பெண் களுக்கெல்லாம் இயற்கை. இதில் வடநாடென்ன? தென்னா டென்ன?

‘வாமமேகலை இற வளர்ந்தது அல்குலே’

பாலகாண்டம் 11: பாடல் 81, கார்முகிப் படலம்

கண்ணதாசனின் தொடக்க காலக் கவிதைகளிலே ஆரியம் குறிவைத்துத் தாக்கப்படுகிறது.

இதில் ஆரியப் பண்பாடு மட்டுமில்லை, ஆரியர்களும் அவருடைய தொடக்க காலக் கவிதைகளிலே பெருமளவுக்கும் தாக்கப்படுகின்றனர்.

‘புத்தர் செய்த புரட்சியும் ‘ஆரியம்
பொய்யடா மறை பொய்யடா அவை
இத்தரை தனில் இழிந்த கொள்கையர்
எழுதி வைத்த ஏடடா’ எனச்
சத்தமிட்ட கபிலன் பாதையும்
தனிப்பெரும் திருமூலர்தம் பாடலும்

சித்தர் சொன்னதும் திரும்பக் கூறியே
திராவிட உளில் தெளிவு தந்தாரோ!
சத்திய மூர்த்தியார், வ.வே.சு. ஐயர்
சதிச் செயல்புரி ராசகோபாலரும்
வித்தகர் சுப்பிரமணிய ஐயரும்
விஷம் படைத்த பார்ப்பனர் யாவரும்
கொத்தித் தின்று போடுதல் போலநற்
கொள்கை யாளர்பால் சீறி எழுந்தனர்'

I & II: பாடல் 42, 'பெரும்பயணம்'

'ஆரியம் பொய்யடா, வேதம் பொய்யடா' என்று ஆரிய மரபுக்கு மாற்றாகத் திராவிடப் பண்பாட்டின் மையமாகத் திகழும் திருமூலரும், ஆதி மகன் கபிலனும், சித்தர்களும் முன்னிறுத்தப் படுகின்றனர்.

நிகழ்காலத் தேசிய இயக்கத்தின் முன்னணித் தலைவர்கள் பட்டியலிடப்பட்டு அவர்கள் 'விஷம்' படைத்த பார்ப்பனர் எனச் சாடப்படுகின்றனர்.

பார்ப்பன எதிர்ப்பு மற்றும் வடமொழி எதிர்ப்பு என்பது தமிழ் நாட்டில் புதியதில்லை.

ஆனால் சங்ககாலத்தில் பார்ப்பனர்கள் கொண்டாடப் பெற்றிருக் கின்றனர். அவர்கள் வேதமோதும் ஓசை மாட மதுரையில் பார்ப்பனச் சேரிகளில் ஒலித்ததைப் பழம் பாடல்கள் தெரிவிக் கின்றன. கோயில்களில் அல்ல!

பார்ப்பான் என்னும் சொல் திருக்குறளில் பயிலப் பெறுகிறது.

கபிலன் என்னும் பார்ப்பனப் புலவன் 'புலனழுக்கற்ற அந்தணாளன்' என்று புகழப்படுகிறான்.

கபிலன் ஆரிய மன்னன் பிருகதத்தனுக்கு தமிழ் கற்பிக்கின்றான். இங்கே தமிழ் என்பது அகத்திணை.

அகத்திணை தமிழருக்கே உரிய தனிச்சிறப்பு; சமக்கிருதத்தில் இல்லாதது; அதை வட ஆரிய மன்னன் கற்க வருகிறான்; தென் ஆரியப் புலவன் கற்பிக்க முனைகிறான்.

தென் ஆரியப் புலவன் தன்னைத் தமிழனாகக் கருதுவதும், வடமொழியில் காணப்படாத அகத்திணை போன்ற சில தனிக்கூறுகள் தமிழில் காணப்படுவது குறித்துப் பெருமிதம் கொள்வதும் அதை வடவாரியனுக்குக் கற்பிக்க முயல்வதும் பார்ப்பனக் கபிலனை மதிப்பீட்டில் உயர்த்துகின்றன.

அவன் சாதியால் பார்ப்பனனே ஒழிய இனத்தால் தமிழனே என்ற எண்ணமே இயல்பாகத் தோன்றுகிறது. ஆகவே சங்க காலத்தில் வேற்றுமைக்கு வாய்ப்பில்லை.

சங்க காலத்தில் தமிழனுடைய முருக வழிபாடு, கொற்றவை வழிபாடு, திருமால் வழிபாடு, நீலமணிமிடற்றோன் வழிபாடு இவையொரு புறமும், வேத வழிப்பட்ட தீ வளர்த்தல் இன்னொரு புறமும் பக்கம் பக்கமாக நிலவின.

வடமொழிச் சொற்கள் தமிழுக்கு வருவது தடுக்கப்பட்டது. தவிர்க்க இயலாது நுழைந்துவிட்டால் வடவொலியைக் களைந்து விட்டுத்தான் வரவேண்டும் என்று தொல்காப்பியன் சட்டம் போட்டான்.

அந்தச் சட்டத்திற்கு உட்பட்டுத்தான் பார்ப்பனர்களும் தமிழைக் கையாண்டார்கள். கபிலனிலிருந்து பரிமேலழகர் வரை அனைத்துப் பார்ப்பனர்களும் தூய தமிழிலேயே எழுதினர்.

தகுதி வாய்ந்த பார்ப்பனக் கபிலன் பார்ப்பனரல்லாத தமிழ்ப் புலவர்களால் கொண்டாடப் பெற்றான்.

தகுதி வாய்ந்த பார்ப்பனரல்லாத வள்ளுவரைப் பார்ப்பனப் பரிமேலழகன் 'தெய்வப் புலமைத் திருவள்ளுவர்' என்று போற்றி வழிபடுகின்றான்.

மன்னன் கொடுங்கோலனானால் பார்ப்பனர் வேதத்தை மறந்து விடுவர். பசு பால் கொடுக்கத் தவறிவிடும் என்று வள்ளுவன் கூறுவதன் உட்கிடை வேதம் மறக்கப்பட்டு விடக்கூடாது என்பதுதான்.

> 'ஆ பயன் குன்றும் அறுதொழிலோர் நூல் மறப்பர்
> காவலன் காவான் எனின்' (560)

கொடுங்கோன்மையின் கேடுகளில் வேதம் மறக்கப்படுவதையும் அடுக்கிச் சொல்லும்போது, கடைச்சங்க காலத்திலும் சங்கம்

மருவிய காலத்திலும் பார்ப்பனரும் வேதமும் பெற்றிருந்த செல்வாக்கை அறிய முடிகிறது.

அதற்கெல்லாம் பிந்திய காலகட்டத்தில் வேளாளனாகப் பிறந்த நம்மாழ்வார் எல்லா ஐயங்கார்களுக்கும் தலைவராகி விடுகிறார். வைணவத்திற்குத் தத்துவ ஆசிரியரே (Theoretician) அவர்தான்! இராமானுசர் அவரை நெடுஞ்சாண்கிடையாக வணங்குகிறார். நாலாயிர திவ்வியப் பிரபந்தம் 'திராவிட வேதம்' என்று புகழப்படுகிறது.

அறிவும் உயர்வும் எங்கே காணப்பட்டாலும் போற்றப்படுகின்ற நிலை ஆரியரிடமும் திராவிடரிடமும் ஒரே மாதிரிக் காணப் பட்டது. ஆகவே வேற்றுமை தலைதூக்கவில்லை.

ஆதிசங்கரர் வருகைக்குப் பின்னர் அத்தனையும் மறைகின்றன. பார்ப்பனர்களுக்கென்று தனித் தத்துவம் வடித்தெடுக்கப்படு கிறது; அது பிழையில்லை. ஆனால் சைவம் அழுத்தப்படுவதற் கான முயற்சிகள் மேற்கொள்ளப்படுகின்றன. கோயில்களின் கருவறைத் தலைமை பார்ப்பனர்களிடம் முற்றாகப் போய்ச் சேர்ந்துவிடுகிறது. தமிழன் வெளியேற்றப்பட்டு விடுகிறான். தமிழன் சமயத்தை உடன்பட்டுப் போற்றி வளர்க்கத் தலைப்பட்ட பார்ப்பன ஞானசம்பந்தர் 'திராவிட சிசு' என்று ஆதிசங்கரரால் பழிக்கப்படுகிறார்.

இது பார்ப்பனரல்லாதார் உருவாக்கிய தத்துவத்தை 'திராவிட வேதம்' என்று உயர்த்திப் பிடித்த வைணவ ஆச்சார்யார்களின் செயலுக்கு நேர் எதிரானது!

எப்படி வைணவர்கள் திராவிட வேதத்தை இசைந்து போற்றினரோ அப்படித் தமிழ் மரபிலும் சைவ சித்தாந்திகளால் ஆரிய வேதம் உடன்படப்பட்டது.

ஆரிய வருகைக்கு முந்திய காலத்திலிருந்து தொடர்ந்து வருகின்ற இறைக் கொள்கைகளின் பிழிவாகவே சைவமும் வைணவமும் பிற்காலங்களில் நிறுவன வடிவில் உருவாகின. இரண்டுமே தமிழ்ச் சமயங்கள்.

வைணவத்துக்கு ஆழ்வார்கள்; சைவத்துக்குத் திருமூலன் தொடக்கம்; அவன் எந்த வேதத்தைச் சார்ந்து திருமந்திரம் படைத்தான்?

சைவ சித்தாந்தத்துக்கு எள்ளளவுகூட வேதத்தின் தயவு தேவை யில்லை என்றாலும் ஓர் இணக்கப் போக்கிற்காக அதை வைதிக மதமாக்கி விட்டனர். வேதந்தான் சைவத்துக்கு மூலம் என்றும் பறைசாற்றத் தொடங்கி விட்டனர். இது தோழமை நிலையி லிருந்த பார்ப்பனர் ஆதிக்க நிலைக்கு உயர்வதற்கான நல்ல முயற்சி!

படிப்படியாக ஆதிசங்கரர் காலந்தொட்டுத் தமிழ் தாழ்த்தப் பட்டது. ஒரு கட்டத்தில் கோயில் கருவறையை விட்டும் வெளியேற்றப்பட்டது.

பார்ப்பனக் கபிலன் ஆரிய அரசனுக்குப் பெருமையோடு கற்பித்த இன்பத் தமிழ் காலப் போக்கில் 'நீச பாஷையாக்கப்'பட்டு விட்டது. அதற்கு நேர்மாறாக சமக்கிருதம் 'தேவபாஷை' யாக்கப்பட்டு உயர்த்தி நிறுத்தப்பட்டது.

அன்றே தொடங்கியது ஆரிய எதிர்ப்புப் போர். அது கண்ணதாசன் காலம்வரை நீடித்துத் தொடர்கிறது. இடைக் காலத்தில் அந்தப் போரைச் சித்தர்கள் நடத்தினார்கள். அதை அடுத்துப் பதினாறாம் நூற்றாண்டினனான ஆதி என்னும் புலைச்சி மகன் கபிலன் நடத்தினான். பத்தொன்பதாம் நூற்றாண்டு வள்ளலாருக்கும் எதிர்ப்பியக்கம் உடன்பாடே. பிறகு இருபதாம் நூற்றாண்டில் சுந்தரம் பிள்ளை, மறைமலை அடிகள், தேவநேயப் பாவாணர் என்று பட்டியல் நீள்கிறது!

ஆரப்பா-மொகஞ்சதாரோ நாகரிகக் காலத்தில் தொடங்கிய ஆரிய திராவிட மோதல், சங்க காலத்தில் பெருமளவுக்கு அடங்கி, ஆதிசங்கரர் காலத்தில் மீண்டும் உசும்பி, பெரியார், அண்ணா காலத்தில் உச்சகட்டத்தைத் தொட்டது.

இதில் அண்ணாவையும், தி.மு.க.வையும் எதிரொலித்தவர்தான் கண்ணதாசன்!

தி.மு.க. தொடங்கிய முதல் பத்தாண்டுக்குள் கண்ணதாசனால் பாடப்பட்ட பாடல்கள்தாம் மேற்கூறியவை அனைத்தும்.

இத்தகைய தாக்குதல்களில் பல சமயங்களில் அறிவுக்குப் பதிலாகக் கசப்பே மேலோங்கி நின்றது!

தமிழர்களின் மீதிருந்த நீண்டகால ஆரிய அழுத்தலே அவர்கள் கசப்பை உமிழக் காரணமாயிற்று.

தமிழ் மீட்டுருவாக்கத்துக்கு வித்திட்டவர்கள் ஐரோப்பிய பாதிரிகள்! தமிழின் நிகரில்லாச் சிறப்பினையும், அதன் தனித்து இயங்க வல்ல ஆற்றலையும் கண்டறிந்து சொன்னவன் கால்டுவெல்!

தமிழரின் சமயம் மிகப் பழமையானது. அதன் தத்துவக் கட்டமைப்பு உலகிலேயே மிகச் சிறந்தது என்று ஆராய்ந்து சொன்னவன் G.U.போப்!

திராவிட இயக்கங்கள் உருவாவதற்கும் ஆரியத் தொடர்பான அனைத்தும் தூக்கி எறியப்படுவதற்கும் இவர்களே மூலமாக அமைந்தவர்கள்.

அப்படி உருவான பார்ப்பனரல்லாதார் இயக்கமான தி.மு.க. தான் இவ்வளவு கடுமையாகக் கண்ணதாசன் பாடுவதற்கான கருத்து மூலங்களை வழங்கியுள்ளது.

ஒரு கட்டத்தில் ஊணர்கள் (Huns) இந்தியாவின்மீது படையெடுத்து வந்தார்கள்; இந்தியாவை வென்றார்கள்.

வெற்றிக்குப் பிறகு இந்தியாவிலேயே தங்கி விட்டார்கள். இந்தியப் பெண்களையும் மணந்தார்கள்; உயர்நிலை இந்தியப் பண்பாடு காட்டுமிராண்டிகளான ஊணர்களை உறிஞ்சி உள்ளிழுத்துக் கொண்டுவிட்டது; அவர்கள் இராசபுத்திரர்கள் என்னும் சாதியினராகி இந்திய மரபு காக்கும் மறப் பெருங்குடியினராக இந்த மண்ணிலேயே நிலைபெற்று விட்டனர். என்ன பிழை?

அதுபோல் தென்னாட்டுக்கு வந்த பார்ப்பனர்கள் தங்களுடைய பண்பாட்டைச் சீரமைத்துக்கொள்ள தமிழிலிருந்து பெற்றும், அதே சமயத்தில் தமிழ்ப் பண்பாட்டைச் செழுமைப்படுத்தத் தமிழுக்கு வழங்கியும், இவ்வாறு தமிழ் மண்ணில் இரண்டறக் கலந்து, தமிழர்களாக உருமாறி வேற்றுமையின்றிப் போற்றியும் போற்றப்பட்டும் வாழ்ந்த சங்ககால நிலைக்கு மாறாக, ஆதிசங்கரர் காலத்தில் உசுப்பி விடப்பட்டதன் விளைவு மீண்டும் வேற்றுமை தலைதூக்கக் காரணமானது!

வட இந்தியப் பழங்குடி மக்கள் எளியவர்கள்; அவர்களின் மீதும் அவர்களின் மொழிகளின் மீதும் சமக்கிருதம் செல்வாக்குச் செலுத்தியதென்பது வேறு; ஆனால் தென்னாட்டில் அதற்கும் அப்பனான மொழி தமிழல்லவா கோலோச்சுகிறது. மலைப் பாம்பு ஆட்டை விழுங்கிவிட முடியும்; ஆனையை விழுங்குவது முடியாதது!

ஆரிய நாகரிகம் உயர் நாகரிகம்தான்; ஆனால் திராவிட நாகரிகமோ ஆரப்பா-மொகஞ்சதாரோ நாகரிகத்தின் தொடர்ச்சி!

தமிழர்கள் ஒவ்வொரு கட்டத்தில், குறிப்பாகக் கடந்த எழுநூறு ஆண்டுகளாக ஒடுங்கிக் கிடந்தது உண்மையே எனினும் இருபதாம் நூற்றாண்டில் பெற்ற விழிப்பு காரணமாகத் தமிழிசை, தமிழ் மொழித் தூய்மை, தமிழ்ப் பண்பாடு, தமிழை ஆட்சி மொழியாக்கும் வேட்கை என்பனவற்றை நோக்கி அவர்களின் பார்வை திரும்பி விட்டது!

சமக்கிருதம் மற்றும் பார்ப்பன ஆதிக்கத்திலிருந்து தமிழகத்தை மீட்கும் போராட்டம் ஈ.வெ.ரா. பெரியார் தலைமையிலும், தமிழை மீட்கும் போராட்டம் அண்ணா தலைமையிலும் நடந்தன!

இன்னும் சொன்னால் இந்த மீட்பு இயக்கத்தில் எப்படிச் சில ஐரோப்பியப் பாதிரிகளுக்குப் பங்கு இருந்ததோ, அப்படிச் சில பார்ப்பனர்களுக்கும் பங்கு இருந்தது.

அவர்களில் ஒருவனாகிய சுப்பிரமணிய பாரதி நெருப்பனைய தூயன்! செந்தமிழ் நாட்டைத் தந்தையர் நாடு எனப் போற்றிய வன்; 'எங்கள் தமிழ் மொழி எங்கள் தமிழ் மொழி என்றென்றும் வாழியவே!' என்று பாடித் தமிழியக்கத்துக்குத் துணை நின்றவன்!

பாரதியைப் போல இன்னும் சொன்னால் பாரதிக்கு ஒரு படி மேலான இன்னொரு தமிழ்த் தொண்டன் 'சூரியநாராயண சாஸ்திரி' என்னும் பரிதிமாற் கலைஞன். மறைமலையடி களுக்கே மூலம் இவன்! தேவபாசையிலிருந்த தன்னுடைய பெயரை வங்காளக் குடாக் கடலில் தர்ப்பணம் செய்துவிட்டு 'பரிதிமாற் கலைஞன்' என்று நீச பாசையில் பெயர் சூட்டிக் கொண்டவன்; வணங்கத்தக்கவன் அல்லனோ!

பிறிதொருவர் இராசாசி. தமிழிசையை ஆதரித்தவர் என்பதெல் லாம் கிடக்கட்டும். 1937-இல் தமிழர்களெல்லாம் தமிழ்மொழி வாயிலாகவே கல்வி பயிலவேண்டும் என்று சட்டம் போட்டு, ஆங்கிலத்தைப் பயிற்று மொழி நிலையிலிருந்து ஆங்கிலேயர் நாடாண்ட காலத்திலேயே தூக்கி வீசியவர் இந்தப் பேரறிஞர். நெடுங்காலம் பார்ப்பனர் அல்லாதாருக்காக நாடாண்டதாகச் சொல்லிக்கொண்ட நீதிக் கட்சிக்கு இத்தகைய நினைப்பாவது இருந்ததுண்டா? இராசாசி இந்தியைத் திணித்தார் என்று மட்டும்

குதிக்கிறார்கள்; ஆனால் தமிழைத் திணித்தவரும் அவர்தானே! எது கல்வி மொழியோ அதுதானே சிந்தனை மொழியாக இருக்கும். சிந்தனை மொழியை வைத்துத்தானே நாம் என்ன இனம் என்று முடிவு செய்ய முடியும்! புலனழுக்கற்ற அந்தணாளன் அல்லரோ இராசாசி!

இப்படித் தனித் திட்டுகளாகச் சில பார்ப்பனர்கள் தமிழைப் போற்றினார்கள் என்பதுதவிர பொதுவாக அவர்கள் தனித் தமிழைப் பழிப்பவர்களாகவும், கடவுளுக்குச் சமக்கிருதம் மட்டுமே தெரியும் என்று சொல்பவர்களாகவும்தான் இன்றும் இருக்கின்றனர்.

சங்கரமடத்தோடு தமிழனுக்குள்ள பகை அதனுடைய வேதாந்தக் கோட்பாடு குறித்ததன்று; சமக்கிருதத் திணிப்புக் குறித்தது. தமிழன் சூத்திரன் என்னும் நிலையிலிருந்து மீண்டுவிட்டான்; ஆனால் கருவறையில் தமிழ் நீசபாசை எனும் நிலையிலிருந்து இன்றுவரை மீள முடியவில்லை.

ஒரு பார்ப்பனர் சங்க காலக் கபிலர்போல் தன்னைத் தமிழர் தானென்று முழுமையாகக் கருதுவாரானால் கோயிலில் தமிழ் ஒலிப்பதை மறுக்க மாட்டார். சமக்கிருதம் அகற்றப்படும் போது தன்னுடைய மேலாண்மை அகன்றுவிடுமே என்று அஞ்ச மாட்டார். பார்ப்பனர் உட்பட எல்லோருக்கும் தாய்மொழியான தமிழை எல்லா நிலைகளிலும் உடன்படுவார்.

இந்த நிலை முழுமையாக ஏற்படாதவரை மூவாயிரம் ஆண்டுகளுக்கு முன்பு தொடங்கிய ஆரப்பா மொகஞ்சதாரோ காலத்துப் போர் முடியப்போவதில்லை!

கண்ணதாசன் இல்லாமலும் இந்த வரலாற்றுப் போர் தொடர்ந்துகொண்டுதான் இருக்கிறது!

எந்த ஒரு போரும் முழுமையாக வெல்லப்படாதவரை ஓயப் போவதில்லை!

7

அறம் பாடுகிறேன்!

'கவிஞன் யானோர் காலக் கணிதம்
புவியில் நானோர் புகழுடைத் தெய்வம்
ஆக்கல் அளித்தல் அழித்தல் இம்மூன்றும்
அவனும் யானுமே அறிந்தவை! அறிக!
நானே தொடக்கம்; நானே முடிவு!
நானுரைப்பது தான் நாட்டின் சட்டம்!'

V: பாடல் 13, 'காலக் கணிதம்'

இதுபோன்ற பாடலைப் பாரதிதாசனிடம் எதிர் பார்க்க முடியாது. இதுபோல் பாடுவது பகுத்தறிவுக்கு ஒவ்வாதது என்று பாரதிதாசன் அஞ்சுவார். கண்ணதாசனுக்கு இதுபோல் பாடுவதில் மிகுந்த விருப்பமுண்டு.

இறைவனைப்போல் தானும் முத்தொழிலுக்கு உரியவன் என்று சும்மா ஒரு பேச்சுக்காகத்தான் சொல்லியிருப்பார் என்று கருதிவிட முடியாது; உண்மையிலேயே அவர் அப்படி நம்பக் கூடியவர் தான்!

'படைப்பதனால் என் பெயர் இறைவன்' என்று வேறொரு இடத்திலும் பாடுவார்.

கதை, கவிதையை எல்லாம் படைப்பு என்று சொல்லிப் பூரிப்படையும் பழக்கம் ஆங்கில

மொழித் தாக்கத்தால் தமிழ் எழுத்தாளர்களுக்கு ஏற்பட்டது. 'cre-
ative literature' என்ற ஆங்கிலத் தொடர் 'படைப்பு' என்று தமிழில்
மொழியாக்கம் செய்யப்பட்டிருக்கிறது. படைப்பு இறைமை
சார்ந்த ஒன்று என்பதால் பாவலனும் தன்னை இறைமைத்
தன்மை உடையவனாகக் கருதிக்கொள்கிறான். பழைய தமிழ்
இதனை இத்தகைய பொருளில் அறிந்திருக்கவுமில்லை;
இத்தகைய உணர்வைக் கொண்டிருக்கவுமில்லை; புலமை
என்பது அறிவு சார்ந்த ஒன்று என்ற அளவில் மட்டுமே அது
நின்றுகொண்டது.

'நானே தொடக்கம்; நானே முடிவு' என்றெல்லாம் எழுதும்போது
கண்ணதாசன் தன் நிலையில் இருந்துதான் எழுதினாரா என்றுகூட
ஐயம் பிறக்கின்றது.

பழைய காலத்தில் கலைமகள் காளிதாசனின் நாக்கில் எழுதிய
தால்தான் அவனுடைய எழுத்து அருமைப்பாடு உடையதாகத்
திகழ்ந்தது என்பது போன்ற கதைகள் வழிவழியாக நம்பப்பட்டு,
பொதுவாகக் கவிஞர்களுக்கு அத்தகைய வரம் இல்லையேல்
இதுபோல் வெள்ளமாகப் பாட முடியாது என்ற கருத்து
மக்களிடையே உருவாகி ஊன்றிக் கொண்டு விட்டது. பெரு
வாரியான மக்களே நம்புகிறபோது அதில் உண்மை இல்லாமலா
இருக்கும் என்று கூட்டத்தோடு சேர்ந்து தானும் நம்புகிற
இயல்புடையவர்தான் கண்ணதாசன்.

'அறம் பாடினேன்' என்றே நேரடியாகத் தலைப்பிட்டுப் பாடு
கிறார் கண்ணதாசன். தன்னுடைய வாக்குப் பலிக்கும் என்னும்
நம்பிக்கை அவரிடம் மிதமிஞ்சியிருந்ததை அது காட்டுகிறது.

'மன்னவன் பசியால் சாக
மடையர்கள் கொழுத்து வாழ
தென்னவர் நாடு செய்தால்
தீயில் தான் சாம்ப லாகும்
அன்னையே தமிழே இந்த
அறம் வெல்ல வேண்டு கின்றேன்'

VII: *பாடல் 14, 'அறம் பாடினேன்'*

வீட்டுக்கே சொத்துச் சேர்த்து வெறும் பேச்சுப் பேசி வாழ்ந்தோர்,
ஊர்ப்பணம் திருடிச் சேர்த்து உள்ளமே இருட்டாய்க்

கொண்டோர் என்று இவர்களெல்லாம் சாலையில் சிலையாக நின்று சரித்திரம் எழுதப் பார்க்கும் நிலையை சாடு சாடென்று சாடுகின்றவர், இதையெல்லாம் வளரவிடும் இந்தத் தென்னவர் நாடு தீயில்தான் சாம்பலாகும் என்று அறம் பாடுகிறார்.

கண்ணதாசனின் அண்ணன் மகனுக்கு மகன் பிறந்திருந்தான். பாவலர் பார்க்கச் சென்றார்; பிள்ளை தூங்கிக்=கொண்டிருந்தது; தான் பார்ப்பதற்காகத் தொட்டிலை விட்டுத் தூக்கிப் பிள்ளையின் தூக்கத்தைக் கலைத்துவிட வேண்டாம் என்று இயல்பாகச் சொன்னவர், அதை ஒட்டித் தன் மனத்தில் ஓடிய எண்ணங்களை 'அவனைத் தூங்க விடுங்கள்' என்று தலைப்பிட்டு ஒரு பாட் டாகவே பாடி விடுகிறார்.

பின்னால் அந்தக் குழந்தை அமைதி இழந்து தவிப்பதற்குரிய காலம் நிரம்பக் காத்திருக்கிறது. ஆகவே இப்போதுள்ள அமைதி யைக் கலைத்துவிட வேண்டாம் என்பதை மையக் கருத்தாகக் கொண்டு பாடத் தொடங்கி என்னென்ன துயரங்கள் வாழ்க்கை யைத் தாக்கி மனிதனை அமைதி இழக்கச் செய்யும் என்று வரிசைப்படுத்துகிறார்.

இவையெல்லாம் கற்று வந்தவையல்ல; வாழ்க்கையில் பட்டு வந்தவை; இதுபோன்ற பாடல்களில் கண்ணதாசனை அடித்துக் கொள்ள ஆளே இல்லை.

'அவனை எழுப்பாதீர்;
    அப்படியே தூங்கட்டும்!

கண்ணை விழித்திந்தக்
    காசினியைப் பார்க்குங்கால்
என்ன துயர் வருமோ
    எங்கெங்கே அடி விழுமோ

காதல் வருமோ
    காதலுக்குத் தடை வருமோ
மோதல் வருமோ
    முறைகெடுவார் துணைவருமோ

நன்றியிலா நண்பர்கள்தாம்
    நாற்புறமும் சூழுவரோ
நலமிழந்த பெண்ணொருத்தி
    நாயகியாய் வருவாளோ?

நம்பிக்கை, ஏமாற்றம்
    நடுக்கம், பயம், கோபம்
வெம்பி அழுதல்,
    வியர்த்தல், விறுவிறுத்தல்
கும்பி எரிதல்,
    கொதித்தல், துடிதுடித்தல்
அம்மம் மா! எவ்வளவோ
    அவனை எதிர்நோக்கும்.

அத்தனையும் தாங்குதற்கு
    அடித்தளங்கள் வேண்டாமா?

இப்பொழுது தூங்கட்டும்;
    இனிமேல் அழுவதற்கு!

அவனை எழுப்பாதீர்;
    அப்படியே தூங்கட்டும்'

                        V: பாடல் 23, 'அவனைத் தூங்க விடுங்கள்'

'நலமிழந்த பெண்ணொருத்தி நாயகியாய் வருவாளோ?' என்று
கண்ணதாசன் பாடுகையில் நல்லவேளை நாம் தப்பித்தோம்
என்று பலர் பெறுகின்ற ஆறுதலும், இப்படியெல்லாம் ஒரு
துன்பம் உண்டு என்று நாம் எண்ணிக்கூடப் பார்க்கவில்லையே
என்று நம் பார்வை குறித்த ஒரு குறை உணர்வும், பல்வேறு
வகையான மாந்தர்கள் எதிர்கொள்ள வேண்டிய பல்வேறு
வகையான துயரங்களை ஊடுருவி ஒன்றுவிடாமல் பட்டியலிடும்
அவருடைய கூரிய பார்வையும், அவற்றில் எவை எவை
இவனுக்காகக் காத்திருக்கின்றனவோ என்னும் பரிவும், மாந்தர்

வாழ்வின் சாரமே துயரம்தானே என்றொரு மெய்யியற் பார்வையும், எஞ்சிய காலமெல்லாம் அழுவதற்குரிய காலந்தான் என்பதால் இப்பொழுதே எழுப்பி அதை விரைவுபடுத்திவிட வேண்டாம் என்னும் கனிவும் இந்தப் பாடலின் சாரமாகத் திகழ்கின்றன.

தமிழிலக்கியத்தில் சாகாவரம் பெற்ற பாடல்களில் இது ஒன்றாயிருக்கும். கண்ணதாசனின் தனிச் சிறப்புக் கூறுகள் (Originality) ஒளிரும் பாடல்களில் இஃதொன்று!

இது ஒரு புறமிருக்கட்டும்! அவன் அப்படியே தூங்கட்டும் என்று கண்ணதாசன் சொல்லி ஏழு நாட்கள் ஆவதற்குள் அந்தப் பிள்ளை இறந்து விடுகிறது. இந்த இழவுத் துயரம் கண்ணதாசனிடம் பெரிய அழுகையாக வெளிப்படுகிறது. அந்த அழுகை ஒரு பாவலனின் அழுகை ஆயிற்றே; ஆகவே பாட்டாகவும் வடிவெடுக்கிறது.

'அவனை எழுப்பாதீர்;
அப்படியே தூங்கட்டும்
என்றே நான் எழுதியதன்
ஈரம் உலரவில்லை;
ஏழுநாள் ஆகுமுன்னே
இளங்கன்று தூங்கிவிட்டான்!
அறம்பாடி விட்டேனோ!
அறியேன்'

V: பாடல் 49, 'சொன்னபடி தூங்கிவிட்டான்'

தூங்கட்டும் என்பது 'நீண்ட தூக்கத்தில்' போய் முடிந்து விட்டதே என்று புலம்புகின்ற பாவலர், 'அறம்பாடி விட்டேனோ' என்று கூறும்போது தன்னுடைய நாக்குக்கு உள்ள பலிக்கும் தன்மை குறித்து அவருக்குள்ளேயே ஒரு பெருமிதம் சார்ந்த உணர்வும், அதே நேரத்தில் அந்த பலிதத் தன்மை அண்ணன் பேரனுக்கு எதிராகப் போய்விட்டதில் மாளாத வருத்தமும் அவருக்குள் மாறி மாறி ஏற்படுகின்றன.

கலை என்பதோ, அதன் ஒரு கூறான பாட்டு என்பதோ ஒரு வகையில் ஓர் அழகியல் நிகழ்வு; அவ்வளவுதான்! அது வலுவான செய்தியைத் தாங்கி நிற்கிறபோது சமூக மாற்றத்துக்குப் படி

அமைக்கிறது. அப்படி அமையும்போதுதான் அந்தப் பாட்டு நீடித்த வாழ்வைப் பெறும்!

அதற்கும் மேலாக 'அறம் பாடுகிறேன்' என்பதும் 'அது பலிக் கிறது' என்பதும், அது ஒரு பாவலனுக்கு மட்டுமே வாய்க்கக் கூடிய தனி ஆற்றல் என்பதும் அறிவுலகத்துக்குப் பொருந்திய கருத்துநிலை அன்று!

பாதிக்கப்பட்ட ஒருவன் அல்லது ஒருத்தி, அல்லலுக்கு ஆற்றாது அழுத கண்ணீர் கொடுமை புரிந்தவனை அழித்து விடும் என்பான் வள்ளுவன். அது வினைச் சட்டத்தோடு (Law of Karma) தொடர்புடைய கருத்து. செய்த வினையிலிருந்து தப்பித்துக் கொள்ளுவதற்குரிய இடம் உயர்ந்த மலையிலும் இல்லை; ஆழ் கடலிலும் இல்லை.

அத்தகைய இறைமை சார்ந்த ஆற்றல் கண்ணுக்குப் புலப்படா மல் உலகை நடத்துகிறது என்பதில் புத்தனுக்கும் வள்ளுவ னுக்கும் உடன்பாடுண்டு.

அத்தகைய இறைமை ஆற்றல் ஒரு பாவலனுக்குள்ளும் இருப்ப தாக அந்தப் பாவலனே கண்டறிந்து சொல்லுவதெல்லாம் மிகை என்றே கொள்ளப்படும்.

'அறம் பாடுதல்' என்னும் சொற்றொடரே இந்த உரிமையைப் பாவலர்கள்தாம் வழிவழியாகக் கோரி வந்திருக்கிறார்கள் என்பதைப் புலப்படுத்துகிறது.

அறம்தான் வள்ளுவனுக்குப் பாடுபொருளே! 'அறம் சூழும் சூழ்ந்தவன் கேடு' என்பான் பொய்யாமொழியோன்! அஃதோர் இறைமை சார்ந்த ஆற்றலாதலால் அது தன் போக்கிலே செயல்படக் கூடியது.

தவறானவனைத் தண்டிக்கும்படி யார் பாடினாலும் பாடா விட்டாலும் அது தண்டிக்கும்; உயர்வானவர்களைக் காக்கும்படி யார் பரிந்துரைக்காவிடினும் அது காக்கும்.

மனிதனின் பார்வையோ வரம்புக்குட்பட்டது; மேலும் சார்புத் தன்மை உடையது (Prejudiced); காலக்கோட்பட்டது; ஆகவே முழுமையற்றது (Wholeness).

ஆனால் அறமோ கால எல்லைகட்கு உட்படாதது; காலங் கடந்தும் தன்னுடைய ஆற்றலைச் செலுத்த வல்லது; இறைமைத்

தன்மையுடையது; முழுமையானது; சார்பற்றது; ஒரு மனிதனின் வினைக்கேற்ப விளைவிக்கும் தன்மையது!

அப்பாலைக்கு அப்பாலாய் விளங்கும் இந்தப் பேராற்றலை ஒரு மாந்தன் தன் கையிலெடுத்துக்கொள்ள நினைப்பதும், அது வசப் பட்டு விட்டதாகக் கருதுவதும் சிறுபிள்ளை விளையாட்டே!

எண்ணற்ற பாவலர்கள் இதுபோன்ற ஓர் உரிமையைக் கோராததி லிருந்தும், கண்ணதாசன் கோருவதிலிருந்தும் இது தனி மனிதனின் மனப்போக்கை ஒட்டி உருவாகும் ஒரு மனநிலையே தவிர வேறொன்றுமில்லை என்பது தெளிவாகும்!

தன்னுடைய நிகரற்ற பாக்களால் கண்ணதாசன் தன்னுடைய சாவுக்குப் பின்னாலும் நிலைத்து வாழ்கிறாரே, அதுதான் பெரிதினும் பெரிது!

அறம் பாடுவதெல்லாம் ஐதர் காலக் கருத்து!

8

காலத்தின் சுவடுகள்

திராவிட நாட்டுப் பிரிவினையை தி.மு.க. கைவிட்டபோது கண்ணதாசன் பாடிய பாடல் தமிழ் இலக்கியத்தின் ஈடு இணையற்றதாகத் திகழ்கிறது. இவ்வளவு உணர்ச்சியோடும், வாதத் தெளிவோடும், நையாண்டியோடும், வெள்ளமெனப் பெருகி வரும் தமிழில் வேகத்தோடு எழுதப்பட்ட பாடல்கள் வெகு சிலவே இருக்க முடியும்.

பாரதி எழுதிய பாடல்களில் 'சிவாசி தன் சைனியத்திற்குக் கூறியவை' என்கிற பாடல் எப்படி எடுப்பு மிக்கதோ, அதுபோல 'கை விட்டாரே' என்னும் தலைப்பில் கண்ணதாசன் பாடிய பாடல் அதற்கு இணையாகச் சொல்லுமளவுக்கு எடுப்பு மிக்கது.

அண்ணாவே அதைப் படித்துவிட்டு ஆடிப்போய் விட்டார் என்று சொல்வார்கள்!

திண்ணையில் இருந்து கொண்டாவது திராவிட நாடு கேட்பேன் என்ற அளவுக்கு அழுத்தத்தோடு பேசப்பட்ட ஓர் உயிர்க் கொள்கை, பிரிவினை பேசுவோர் தேர்தலில் நிற்கத் தடைச் சட்டம் வருகிறது என்று காற்றுவாக்கில் கேள்விப்பட்டவுடனேயே, எந்த உறுத்தலுமின்றிக் கை கழுவப் பட்டு விட்டதென்றால் கண்ணதாசன் போன்ற பாவலர்கள் சீறுவது எதிர்பார்க்கக்கூடியதுதானே!

'நெஞ்சறியப் பொய் சொன்னார் நாளும் நாளும்
நிலமறியப் பொய் சொன்னார் நேரில் நின்ற
பஞ்சையர்க்கும் பாமரர்க்கும் பொய்யே சொன்னார்
படித்தவர்க்கும் 'படுத்தவர்க்கும்' பொய்யே சொன்னார்'

V: பாடல் 33, 'கைவிட்டாரே...!'

கட்சியைக் காப்பாற்றத்தான் கொள்கையைக் கைவிட நேர்ந்த தாக தி.மு.க. தலைமை கூறியபோது கண்ணதாசனின் வெறுப் பின் அளவு உச்சத்தைத் தொடுகிறது.

கொள்கையை நிலை நிறுத்தத்தானே கட்சி உருவாக்கப்பட்டது; கட்சி ஒரு வெறும் கருவிதானே! கொள்கைக்குப் பயன்பட முடியாத கட்சியால் என்ன பயன்?

உயிரைத் தாங்கி நிற்கத்தானே உடல்; உயிர் போனபின்பு உட லால் என்ன பயன்? அது வெறும் கட்டைதானே! போர் புரி வதற்குத்தானே படை! படை அழிந்துவிடக் கூடாதென்று களத்தை விட்டு ஓடுவாருண்டா? பாலை வைத்துக் கொள்ளத் தானே பாத்திரம்; பாலை விற்றுப் பாத்திரத்தைப் பேணு வாருண்டா? மழைக்குப் பிடித்துக் கொள்ளுவதற்குத்தானே குடை; குடை பிய்ந்து போய்விடும் என்று மழையில் நனைவ தோடு, குடை நனையாமல் குடைக்கே குடையாகிக் குனிந்து போவாருண்டா? வாதத்திறனோடு அடுக்கி அடுக்கிக் கேட்கிறார் கண்ணதாசன்!

'உடலழகைக் காப்பாற்ற உயிரை விட்டேன்
உரலழகைக் காப்பாற்ற உலக்கை விற்றேன்
படையழகைக் காப்பாற்றப் போரை விட்டேன்
பாத்திரத்தைக் காப்பாற்றப் பாலை விற்றேன்
கடையழகைக் காப்பாற்றச் சரக்கை விற்றேன்
கவியழகைக் காப்பாற்றக் கருத்தை விட்டேன்
குடையழகைக் காப்பாற்ற மழையின் போது
குடைக்கே நான் குடையாகிக் குனிந்து சென்றேன்'

V: பாடல் 33, 'கைவிட்டாரே...'

திராவிட நாட்டுப் பிரிவினைக் கொள்கை கைவிடப்பட்ட தென்பது தமிழ்நாட்டு அரசியல் வரலாற்றில் ஒரு முதன்மையான

நிகழ்வாகும். பாக்கித்தான் (pakistan) பிரிவினை கேட்கப்படு வதற்கு முன்னரேயே திராவிட நாட்டுப் பிரிவினை முன்வைக்கப் பட்டுவிட்டது.

முகமது அலி சின்னா பாக்கித்தான் பிரிவினையை உச்சநிலைக்குக் கொண்டு போக முடிந்ததுபோல், இவர்களும் திராவிட நாட்டுப் பிரிவினையை உச்சநிலைக்குக் கொண்டு சென்றிருப்பார்களே யானால் வெள்ளைக்காரனே பாக்கித்தானைப்போல திராவிட நாட்டைப் பிரித்துக் கொடுத்துவிட்டுப் போயிருப்பான். ஒரு பிரிவினை இயக்கத்துக்கு ஆளுகின்ற வெள்ளைக்காரனே பக்கமேளம் வாசிக்கத் தயாராக இருந்தும் திராவிடர் கழகத்தாரால் அன்று அந்த நிலையை எட்ட முடியவில்லை.

திராவிட முன்னேற்றக் கழகத்தினரும் அதை மாலை நேர மைதான விளையாட்டாகவே வைத்திருந்தனர் என்று கண்ண தாசன் சாடுகிறார்;

'மைதான விளையாட்டுப்
பொய்யென்று கவிபாடு
வருங்காலம் உணரும் வண்ணமே'

V: பாடல் 1, 'மனிதரைப் பாட மாட்டேன்'

தெலுங்கர்களும், கன்னடியர்களும், மலையாளிகளும், துளுவர் களும், தமிழர்களும் கூடிப் பெறவேண்டிய திராவிட நாட்டுக் கொள்கை பற்றித் தமிழர்களைத் தவிர வேறு யாருக்கும் தெரிந் திருக்கவில்லை!

இவற்றைப் பற்றியெல்லாம் கட்சிக்குள் அலசிப் பேசித் தமிழ் நாட்டு எல்லையைத் தாண்டி அறியப்படாத இந்தக் கொள்கை யை விட்டுவிடலாம் என்று எடுத்துச் சொன்னபோது, அண்ணா பிடிவாதமாக யார் மறுத்தாலும் தான் அதைக் கைவிடப் போவதில்லை என்று ஓங்கிச் சொல்லி விட்டார்.

அவ்வளவு அழுத்தமாகச் சொன்னவர் மைய அரசு சட்டத்தைக் கையிலெடுத்தவுடன் அடங்கிப் போய் விட்டாரே என்பது கண்ணதாசனின் நையாண்டிக்குரிய கருப்பொருளாகி விட்டது.

'திண்ணையிலே காண்பேன்
திராவிட நாடென்றானே!

திண்ணையிலே காண்பதற்குத்
    திராவிடநா டென்பதென்ன
தொன்னையிலே நெய்யா?
    சோற்றுப் புளிக் குழம்பா?
தென்னை இளநீரா?
    சிறுகடலையா? இல்லை;
போட்டுப் புரட்டிப்
    பொழுதைச் செலவழிக்கும்
சீட்டு விளையாட்டா?
    சிறுபிள்ளைத் தனமில்லையா?'

III: *பாடல் 29,*

'நீத்தார் நினைவுக் கவியரங்கில் கவிஞரின் முன்னுரை'

நையாண்டியின் உச்சநிலையாகத் திராவிடத் தாயை ஓர் உருவக
மாகக் கொள்ளாது இரத்தமும், சதையும், எலும்புமுள்ள ஒரு
தாயாகவே கொண்டதுடன், அவள் தன் மூத்த மகனால் கழுத்து
நெறித்துக் கொல்லப்பட்டுச் சவமாகிவிட்ட நிலையில் அவ
ளுடைய இறுதிச் சடங்குகளையெல்லாம் வரிசைப்படுத்திப்
பாடியதோடன்றி, அப்படிப் பாடுவதற்கு அவர் தேர்ந்தெடுத்துக்
கொண்ட அரங்கத்துக்கு 'நீத்தார் நினைவுக் கவியரங்கம்' என்றும்
பெயர் சூட்டியது அவருடைய வரம்பிலாச் சினத்தையும்
வெறுப்பையும் காட்டுகிறது.

திராவிடத் தாயின் வாயில் வாய்க்கரிசி போடத் தொண்டர்கள்
அழைக்கப்படுகிறார்கள்; அண்ணா மூத்த மகன் என்கிற
நிலையில் திராவிடத் தாய்க்குக் கொள்ளி வைப்பதாகவும்,
அப்போது சடலத்தைப் பற்றிக்கொண்ட தீ கொளுந்து விட்டு
எரிவதாகவும், அந்த ஒளியில் மறுகொடி ஏற்றப்படுவதாகவும்
கண்ணதாசன் நாடகப்படுத்திப் பாடுகிறார்.

'கையளவு பச்சரிசி காலணா நாணயங்கள்
கொண்டு வந்து போடுங்கள் கோலமகள் திருவாயில்!
அண்ணன் வலதுகையில் அக்கினியை ஏந்துகின்றான்
எண்ணெயினை ஊற்றுகிறான்; எல்லோரும் கூவுகிறார்;

மூட்டுகிறான் தீயை; மூளும் ஒளியினிலே
நாட்டுகிறான் தன் கொடியை நாளையொரு பொய்யுரைக்க!'

III: பாடல் 30, 'பின்னுரை'

அண்ணாவின் அரும்பெரும் குணங்களை வரிசைப்படுத்தி
அண்ணா நாற்பது பாடிய வாயால் அண்ணாவைக் கொள்கை
யற்ற தலைமை என்று கண்ணதாசன் கடுமையாகச் சாடுகிறார்!

தவறாக நம்புவது ஒரு தலைவனுக்கு அழகாகாது; ஒரு கட்டத்
தில் நம்பியது பிழையெனத் தெரிந்த பிறகு அதை வெளிப்படை
யாக உடன்பட்டு உடனடியாகத் தன்னை மாற்றிக் கொள்ளாதது
அதைவிட அழகாகாது. அண்ணா கண்ணதாசன் மனத்தில் சரிந்து
போனதற்கு இதுவே தலையாய காரணமாகத் தெரிகிறது.

தமிழ்நாட்டின் பாவலர்களான பாரதி, பாரதிதாசன், கண்ணதாசன்
ஆகிய மூவருமே விடுதலை இயக்கத் தொடர்புடையவர்கள்
தாம்!

பாரதி இந்திய விடுதலைக்குப் பாடினான்; திலகரையும், காந்தி
யையும், வ.உ.சி.யையும் இன்ன பிற விடுதலை இயக்கத்
தலைவர்களையும் உச்சிமேல் வைத்துப் போற்றினான்.

பாரதிதாசனும் திராவிட நாட்டு விடுதலைக்காகப் பாடியவனே;
பெரியாரைத் தலைமேல் வைத்துக் கொண்டாடியவனே!

'நான்தான் திராவிடன் என்று நவில்கையில்
தேன் தான் நாவெல்லாம்! வான்தான் என் புகழ்!'

பாரதிதாசன் கவிதைகள் தொகுதி II: பாடல் 30,

திராவிட நாடு/இனப்பெயர்/

என்றும்,

'செந்தமிழ் கேரளம் ஆந்திரமும்- அவை
சேர்ந்திடும் கன்னடம் என்பதுவும்
நந்தம் திராவிட நாடெனல் அல்லது
வந்தவர் நாடாமோ? அவை
வடவர் நாடாமோ?'

பாரதிதாசன் கவிதைகள் தொகுதி II: பாடல் 33, பிரிவு தீது

என்றெல்லாம் வரிந்து கட்டிக்கொண்டு பாடியவர் பாரதி தாசன்.

தான் வாழும் காலத்திலேயே திராவிட நாடு என்பது ஒரு கானல் நீர் என்று தெரிந்துகொண்டு விட்டபிறகு அது குறித்துத் தன் னுடைய நிலையைப் பாரதிதாசன் கவனத்தில் கொள்ளும் வகையில் பதிவு செய்ததாகத் தெரியவில்லை!

பெரியார் தன்னை ஏமாற்றி விட்டதாகவோ அல்லது தானே இந்த மாயையை உண்மை என்று நம்பிப் பலருக்கும் இந்தக் கருத்தை ஊட்டியது பிழை என்றோ பாரதிதாசன் மாற்றிப் பாடவில்லை.

அப்படியொன்று நடக்காதது போலவே அவர் அமைதியாக விட்டு விடுகிறார். ஓர் உயிர்க் கொள்கைக்காக வரிந்து வரிந்து பாடியவர், தொடர்ந்து நம்பியிருந்தால் தொடர்ந்து பாடியிருக்க வேண்டும்; இன்றேல் காலம் திராவிட நாட்டைத் தோலுரித்துக் காட்டியதை நாட்டுக்கு எடுத்துக் காட்டி, அவர்களிடம் ஏற் கெனவே தான் உண்டாக்கி வைத்திருந்த மாயையை உடைத் திருக்கவேண்டும். இவை இரண்டையும் செய்யாதது ஒரு விதத் தில் 'வழுக்கல்' போக்கே; தப்பித்துக் கொள்ளும் முயற்சியே (Escapism).

ஆனால் கண்ணதாசனோ பாட வேண்டிய இடம் எது; மூட வேண்டிய இடம் எது என்ற பாகுபாடில்லாமல் எதையும் எங்கேயும் பாடி விடுகின்ற இயல்புடையவர்!

'கை விட்டாரே' என்னும் கண்ணதாசனின் இந்தப் பாடலில் உணர்ச்சி பொங்கி வழிகிறது; கட்சியைக் காப்பாற்றக் கொள் கையை விட்டேன் என்னும் பொக்கையான வாதத்தை உடைக்க,

'குடையழகைக் காப்பாற்ற மழையின்போது
குடைக்கே நான் குடையாகிக் குனிந்து சென்றேன்'

என்று கண்ணதாசன் பாடும்போது அவருடைய கவிதை தமிழ் அரசவையில் அரியணை போட்டு அமர்ந்து விடுகிறது. உவமை நயம், நையாண்டி, தருக்க பூர்வமான அணுகுமுறை, உள்ளீடற்ற வாதங்களையும் பூசி மெழுகல்களையும் உடைத்துத் தகர்க்க வேண்டும் என்பதில் ஒரு பாவலனுக்கே உரிய கொதிப்பு இவை யனைத்தும் இந்தப் பாடலிலே வெளிப்பட்டு நிற்கின்றன.

அண்ணாவின் அரசியல் வளர்ச்சியை, முன்னேற்றத்தைக் கண்ணதாசனின் இந்தப் பாடலால் தடுத்து நிறுத்த முடியவில்லை என்றாலும் வருங்கால வரலாற்றுக்கு இந்தப் பாடல் எப்படித் தன் முகத்தைப் படம் பிடித்துக் காட்டும் என்னும் கவலை அண்ணா வுக்கு இருந்திருக்கவே செய்யும்!

வரம்பு மீறி வரித் தண்டிய பாண்டியன் அறிவுடை நம்பியின் அலங்கோல ஆட்சி முகம் பிசிராந்தையாரின் பாடலில் (புறம் 184) தெரிவதுபோல, திராவிட விடுதலை இயக்கத்தின் தள்ளாட் டங்களெல்லாம் கண்ணதாசனின் பாடலில் எதிர்காலத்துக்குத் தெரியும்!

அவை வெறுங் கவிதைகளல்ல; காலத்தின் சுவடுகள்!

9

வனவாசமும் மனவாசமும்

கண்ணதாசன் எழுதிய நூல்களிலேயே மிகச் சிறப் பாகவும் மிகச் சுவையாகவும் எழுதப்பட்ட முன் வரிசை நூல்களிலும் முதல் நூல் என்று சுட்டிச் சொல்லத்தக்கது அவருடைய தன் வரலாற்று நூல் தான். அதை அவர் இரண்டு பாகமாக வனவாசம் என்றும் மனவாசம் என்றும் எழுதியிருக்கிறார்.

கண்ணதாசனைப் பற்றியோ அவருடைய எழுத்தைப் பற்றியோ தெரியாதவர்கள் கூடத் தற்செயலாக வன வாசத்தின் முதல் பக்கத்தை மட்டும் படித்து விட்டால் போதும். அவர்களைக் கடைசிப் பக்கம் வரை கொக்கி போட்டு இழுத்துச் சென்ற படிக்க வைக்கிற வேலையை அந்த நூலே எடுத்துக் கொள்ளும்.

தன்னுடைய எழுத்து தி.மு.க. பாணியைச் சேர்ந்த தல்ல என்றும் அது தனித்தன்மை வாய்ந்தது என்றும் கண்ணதாசன் பெருமிதம் கொள்வது நியாயமே!

மேலோட்டமாகப் பார்க்கின்றவர்களுக்குக் கண்ண தாசன் தன் அந்தரங்க வாழ்க்கையை மறைக்காமல் சொல்லியிருப்பதில்தான் இந்த நூலின் வெற்றி இருப்பதுபோல் தோன்றும்!

கண்ணதாசன் அவளோடும் இவளோடும் படுத்துப் புரண்டது புதிய செய்தியன்று. அது அவருடைய பிற எழுத்துக்களாலும் பிறருடைய எழுத்துக்களாலும்

அறியப்பட்டிருக்கிற செய்திதான். ஏற்கெனவே அறியப் பட்டிருக்கிற எந்தவொரு செய்திக்கும் பரபரப்பை ஏற்படுத்தும் ஆற்றலில்லை!

ஒருவேளை பிற்காலத்தில் பெரிய நாற்காலிகளில் அமர்ந்த இன்னின்னாரெல்லாம் இன்னின்ன சமயங்களில் இன்னின்ன வாறு தன்னோடு பாவைகளைப் படுக்கைகளில் பங்கிட்டுக் கொண்டவர்கள்தாம் என்பதைக் கூசாமல் போகிற போக்கில் போட்டு உடைத்துவிடும் தன்மையால் இந்த நூலுக்கு விறு விறுப்பு ஏற்பட்டு விட்டது என்று கருதுவோரும் உண்டு.

அதுவும் உண்மையில்லை; இவரால் குறிப்பிடப்படுகின்ற அந்த நண்பர்கள் உயரிய பதவிகளுக்கு வந்து விட்டமையால் அத் தகைய செய்திகளின்மீது ஒரு கவனம் விழுகிறது என்பது உண்மை தான் எனினும் ஒரு நூலைத் தூக்கி நிறுத்தும் அளவுக்கு அத்தகைய செய்திகளுக்கு ஆற்றலில்லை!

கண்ணதாசனுடைய எந்த நூல் மறைந்தாலும் அவருடைய இந்தத் தன் வரலாற்று நூல் பல காலங்களுக்குப் பின்னும் சுட்டப்படும் நூலாய்த் திகழும்; ஏனெனில் இது அவருடைய காலத்து அரசியல் நிகழ்வுகளின் பதிவு மட்டுமல்ல; அவற்றைப் பற்றிய ஓர் ஊடுருவிய பார்வையுமாகும்!

கண்ணதாசன் ஒரு வீறுமிக்க இளைஞனாக வாழ்க்கைக்குள் நுழைகின்ற காலமும், திராவிட முன்னேற்றக் கழகம் என்னும் அரசியல் கட்சி பிறப்பெடுத்த காலமும் ஒன்று.

நூல் வளர வளர கண்ணதாசனின் வளர்ச்சி தெரிவதுபோல, பிற்காலத்தில் நங்கூரம் பாய்ச்சி நிற்கப்போகும் ஓர் அரசியல் கட்சியின் ஒவ்வொரு கட்ட வளர்ச்சியையும் இந்த நூல் வெளிப் படுத்துகிறது. அதை உள்மறித்துப் பார்த்தவன் சொல்லும்போது சுவையாக இருப்பது இயற்கைதானே! அதுதான் இந்த நூலின் வெற்றிக்குக் காரணம்!

கண்ணதாசன் தன்னுடைய வாழ்க்கையைத் திராவிட முன் னேற்றக் கழகத்தில் இருந்த காலம், இல்லாத காலம் என்று இரண்டாகத்தான் வகுத்துப் பார்க்கிறார்.

தி.மு.க.வுக்குள் இருந்த காலம் இராமன் வனம் ஏகிய காலம் போல் போதாத காலம் என்றும், அதை விட்டு வெளியேறிய

காலம் வனவாசம் முடிந்து மனவாசம் தொடங்கிய காலம் என்றும் மகிழ்ந்து பேசுகிறார்.

வனவாசம் என்றும் மனவாசம் என்றும் இரு தலைப்புகளின் கீழ் இரு புத்தகங்களாக வெளியிடப்பட்டிருக்கின்ற அவருடைய தன் வரலாறு முடிவடையாமலே போய்விட்டதற்குக் காரணம், அவ ருடைய வாழ்க்கை இடையிலே முடிவடைந்து விட்டதுதான்!

சடக்கென அவருடைய வாழ்க்கை நடுவயதிலேயே முடிந்திருக் காமல் நீண்டிருக்குமேயானால் அவருடைய தன் வரலாறு மூன்றாம் பாகத்தைப் பெற்றிருக்கும். அதில் கட்டாயமாக 'மனவாச' வாழ்க்கையையும் மறுதலித்திருப்பார். வளர்ச்சி என்பது மறுதலிப்புத்தானே!

சிறுகூடற்பட்டியிலே பிறந்த ஒரு செட்டிநாட்டு நகரத்தார் இளைஞன் வேலை தேடிக் கால்போன போக்கெல்லாம் போய்க் கடைசியில் கடியாபட்டிக்கு வந்து சேர்ந்து, அங்கிருந்து வெளி வந்து கொண்டிருந்த ஒரு எளிய தாளிகையில் ஆசிரியராகவும் சேர்ந்து விடுகிறான். அப்போது அவனுக்கு வயது பதினெட்டு; அந்த வயதுக்கு அது கூடுதலான பதவி. அப்படியானால் அந்த அளவுக்குத்தான் அந்தத் தாளிகையின் தகுதியும் இருந்திருக்கும்.

அந்த வயதில் அந்த இளைஞனின் முகமே முற்றியிருக்காது. அப்புறம் கருத்து மட்டும் எப்படி முற்றியிருக்க முடியும்? ஆகவே கண்ணதாசனே அந்த வயது எழுத்துக்களைத் தன்னுடைய தன் வரலாற்றில் பதிவு செய்யவில்லை. எப்படியோ ஒரு எழுத்தாள னாகவும், பாவலனாகவும் மலர வேண்டுமென்னும் இரு கனவுகளில் ஒன்று வளரிளமைப் பருவத்திலேயே நிறைவெய்தி விடுவது அந்த இளைஞனுக்கு மகிழ்ச்சி அளித்திருக்குந்தானே!

வள்ளுவனுக்கோ கம்பனுக்கோ எழுத்து என்பது தொழிலாகி இருக்கவில்லை. அவர்கள் உண்ட சோறு அவர்களுடைய எழுத்துக்கள் விலையாவதைப் பொறுத்ததாயில்லை. ஆகவே எழுத்துக்களில் இணக்கப்படுத்திக்கொள்கிற தேவை அவர்களுக்கு இருந்திருக்கவில்லை.

கண்ணதாசன் காலத்தில் எழுத்து தொழிலாகி விட்டது. எழுத் தாளர்கள் என்றொரு சாதியே ஏற்பட்டு விட்டது. எழுத்தாளன் என்பது அதுவரை தமிழ் அறிந்திராத ஒரு புதிய சொல். கால

மாற்றம் ஒரு புதிய தொழிலையும் புதிய சொல்லையும் தமிழுக்குக் கொண்டுவந்தது.

எழுத்தைத் தொழிலாகக் கொள்கின்றவர்கள், தான் எண்ணுகிற வற்றையெல்லாம் எழுதிவிட முடியாது. அந்த எழுத்துக்கு யார் காசு தரப் போகிறார்களோ, அவர்களின் அறிவுக்கும் சுவைக்கும் எது பிடிபடக்கூடியதோ, அதைத் தேர்ந்து எழுதவேண்டும்.

வள்ளுவன் வாரத்துக்கு ஓர் அதிகாரம் ஆனந்த விகடனுக்கு எழுதி அனுப்பினால் விகடன் அதைத் திருப்பி அனுப்பி விடும். காரணம் அது ஆனந்த விகடன் படிப்போரின் அறிவு மட்டத்துக்குக் கூடுதலானது; ஆகவே புரியாது.

அதே சமயத்தில் வைரமுத்து ஒரு கவிதையை எழுதி அனுப்பி னால் அது உடனடியாக வெளிவரும்; அதற்கு வெகுமதியும் கிடைக்கும்.

கடியாபட்டி எழுத்து வாழ்க்கை கண்ணதாசனுக்குச் 'சந்தை' பற்றிய அறிவை ஊட்டியிருக்கும். அது அந்த அளவுக்குப் பய னுடையதுதான்!

தென்றல் இதழைக் கண்ணதாசனே நடத்துகிற கால கட்டம்தான் அவருடைய எழுத்துக்கள் குறிக்கத்தக்க இடத்தை அடைந்த காலம்.

ஆனால் அதற்கு முன்னரே அவர் திரைப்படத் துறையில் இது வரை கண்டறியாத பாவலனாக வெற்றிக்கொடி நாட்டி விட்டார். ஒரு பாட்டெழுதுகிறவனுக்காகத் தயாரிப்பாளர்களும் இயக்குநர்களும் காத்துக் கிடக்கிற நிலையை உருவாக்கி விட்டார்; பாடலாசிரியர்களில் இவரை ஒப்பார் முன்னும் இல்லை; பின்னும் இல்லை!

என்றாலும் அவருடைய அரசியல் சார்புகளே அவருக்கும் அவ ருடைய எழுத்துக்கும் வலுவான தளத்தை அமைத்துத் தரவிருந்தன.

அந்த அரசியல் அடித்தளம் அண்ணாவின் பேச்சைத் தொடக்க காலத்தில் கேட்டதாலும் கருணாநிதியின் நட்பாலும் மிகக் கொஞ்ச வயதிலேயே கண்ணதாசனுக்கு உருவாகி விடுகிறது.

கருணாநிதி கண்ணதாசனைவிட வலுவாகத் திரைப்படத் துறை யிலும் அரசியலிலும் காலூன்றி நின்றவர் என்றாலும் கண்ண

தாசன் இரண்டிலும் பெரிய அளவுக்கு அவரைவிடப் பின்தங்கி இருக்கவில்லை என்றே கருதலாம்!

கருணாநிதியின் வசனம் பட்டி தொட்டியெங்கும் போய்ச் சேர்ந் திருந்ததுபோல கண்ணதாசனின் பாட்டும் போய்ச் சேர்ந் திருந்தது. கருணாநிதி போலவே கண்ணதாசனும் ஆற்றலான எழுத்தாளர்; ஆற்றொழுக்கான பேச்சாளர்.

கருணாநிதிக்கும் கண்ணதாசனுக்கும் இருந்த நட்பு ஒரே படுக்கையைப் பகிர்ந்துகொள்ளும் அளவுக்கு நெருக்கமாகத் தான் இருந்தது என்றாலும், பின்னால் அது அரசியல் போட்டி யாக உருமாறித் தன்னுடைய முன்னேற்றத்துக்குக் கருணாநிதியே தடை என்று கண்ணதாசன் வெளிப்படையாக எரிச்சல் கொள்ளும் அளவுக்கு நிலைமையைத் தலைகீழாக மாற்றி விடுகிறது.

கண்ணதாசன் எழுதுகிறார்:

> 'அவனும் அந்த மாநாட்டுக்குப் போனான். அந்த நேரம் அவனுக்கும் கருணாநிதிக்கும் தகராறு ஆரம்ப நேரமாகும். மாநாட்டில் கலந்து கொள்ளக்கூடாது என்று அவனுக்கு அவர் உத்தரவிட்டார். கழகத்தில் கருணாநிதியைத் தவிர அவனுக்கு உற்ற நண்பர்கள் என்று அன்று யாருமில்லை; ஆகவே அண்ணாதுரைக்கு ஒரு கடிதம் எழுதினான். அந்தக் கடிதத்தில் தான் விலகிக்கொள்வதாகவும் குறிப்பிட்டிருந்தான்.'

வனவாசம், ப.158

அன்றைக்கு அந்த விலகல் உறுதிப்படவில்லை என்றாலும் பின்னால் தான் வெளியேறக் கருணாநிதியின் இடறல்களே காரணமாக இருந்ததாகக் கண்ணதாசன் சொல்கிறார்.

அரசியல் என்பது அதிகார வேட்டைக்கான களம்; அதில் தயவு தாட்சணியங்களில்லை; நட்பு, உறவு என்பதெல்லாம் அங்கே பொருளற்ற சொற்கள்! இந்தக் கடுமையான விளையாட்டுக்குக் கண்ணதாசன் போதுமானவரில்லை; அதுவும் நெளிவு சுளிவான கருணாநிதியை எதிர்த்து நிற்க வெகுளியான கண்ணதாசன் கொஞ்சமும் போதுமானவரில்லை!

கருணாநிதி கடுமையான உழைப்பாளி; கட்சி அமைப்பைக் கட்டத் தெரிந்தவர்; கட்டிய அமைப்பைக் கைக்குள் வைத்துக்

கொள்ளத் தெரிந்தவர்; இறுக்கமாகவும் நெகிழ்ந்தும் தேவைக் கேற்றவாறும் நடந்துகொள்ளத் தெரிந்தவர். இவற்றில் எதுவுமே தெரியாதவர் கண்ணதாசன்!

தன்னால் உள்ளிழுக்கப்பட்ட கண்ணதாசன் தன் கையை மீறி இருப்பதை கருணாநிதி விரும்பியிருக்க மாட்டார்தான்! ஆனால் அன்பில் தருமலிங்கத்தைக் கைக்குள் வைத்து நடத்துவது போலக் கண்ணதாசனை நடத்த முடியாதுதானே! அன்பில் அரும்பெரும் தொண்டர்; ஆனால் வடிவமற்றவர்; கண்ணதாசன் அப்படியல்லவே!

கருணாநிதி பாவலர்களைப் போற்றத் தெரியாதவரில்லை. பிற்காலங்களில் வைரமுத்துவையும் அப்துல் ரகுமானையும் பிறந்த நாட்களில் பாடச் சொல்லிக் கேட்டுக்கேட்டு மகிழ்ந்து போகிறவர்தான்! ஆனால் இவர்களோ ஒத்திசைப்பவர்கள் மட்டுமே! கண்ணதாசனோ மறுத்திசைப்பவருங்கூட! இவர் களோ பின்பற்ற வந்தவர்கள்; கண்ணதாசனோ நண்பர். அதுதான் சிக்கல்!

கண்ணதாசனின் வனவாசம் முழுக்க முழுக்க தி.மு.க.வையும் அதன் தலைவர்களையும் திறனாய்வு செய்ய வந்த நூல்தான்!

ஆகவே அண்ணாவின் எழுத்துக்களும் கண்ணதாசனின் தாக்கு தலுக்குத் தப்ப முடியவில்லை!

> 'பொதுவாக அவன் அண்ணாதுரையின் திராவிட நாடு பத்திரிகை உட்பட எந்தத் தி.மு.க. பத்திரிகைகளையும் படிப்ப தில்லை! காரணம் அவர்களின் சத்தற்ற தமிழ்நடை தன்னைப் பற்றிக் கொள்ளக் கூடாதே என்ற பயம்.'

வனவாசம், ப.310

ஒரு தலைமுறையை ஆட்டிப் படைத்த அண்ணாவின் எழுத்துக் களையும், தமிழ்நாட்டுத் திரையரங்குகளிலும் தாளிகைகளிலும் ரீங்காரமிட்ட கருணாநிதியின் பாட்டனைய உரைநடையையும் குறைவாக மதிப்பிடுவது அதிரடியாகவே படுகிறது!

எனினும் எசு.எசு.தென்னரசுதான் தி.மு.க.வுக்கு சிறுகதை மன்னன் என்னும்போதும், சி.பி.சிற்றரசுதான் சிந்தனைச் சிற்பி என்னும்போதும், தி.மு.க.வின் இலக்கியத் தரமும் சிந்தனைத்

திறமும் எந்த அளவிலானவை என்று தெளிவாகத் தெரிந்து கொள்ள முடிகிறது என்பதோடு, அவை கண்ணதாசனின் மதிப் பீட்டை நியாயப்படுத்தவே செய்கின்றன.

மேலும் தி.மு.க. செயல்பட்ட விதம் குறித்துக் கண்ணதாசன் எழுதுகிறார்.

'அரசியலையே அவர்கள் வேடிக்கையாகத்தான் நடத்தினார் கள். ஒரு விடுதலை இயக்கமானது தனக்கு வைத்துக்கொள்ள வேண்டிய கட்டுப்பாடுகளை தி.மு.க. வைத்துக்கொண்ட தில்லை. கட்சித் தொண்டும் ஒரு வகையான பொழுதுபோக்கு என்றிருந்தது.'

வனவாசம், ப.129

'கரையான் புற்றெடுக்கக் கருநாகம் குடிபுகுவதுபோல் நலம் நாடிப் பிறந்த சனநாயகத்தில் நாணயம் கெட்டவர்கள் குடியேறி னார்கள்'

வனவாசம், ப.131

'ஓடிப் போனவள் கதையும், உருப்படாதவன் வாழ்க்கைச் சித்திரமும், ஆட்டங்கண்ட கிழவனுக்கெழுந்த ஆசையும், அந்தி நேரத்துச் சுந்தரியின் தளுக்கும் நிரம்பி வழிந்த கழகப் புத்தகங் கள் ஆயிரக்கணக்கில் விற்பனையாயின. இளைஞர்களை அந்த மயக்கம் பற்றியது உண்மை!'

வனவாசம், ப.140

இவையெல்லாம் தொடக்க காலத் தி.மு.க. மற்றும் அதன் முன்னணியினரின் எழுத்துக்கள் குறித்த கண்ணதாசனின் விமரிசனங்கள்.

தி.மு.க. ஒரு விடுதலை இயக்கத்துக்கான தகுதியைப் பெற் றிருக்கவில்லை என்னும் கண்ணதாசனின் விமரிசனம் உண்மை தான்!

எந்தக் குறைந்த அளவு தியாகமும் செய்யாமல் மாமரத்தில் மாங்காய் பிடுங்குவதுபோல, விடுதலையை எளிதாகக் கொய்து விடலாம் என்ற வகையில் அவர்கள் பேசியதைக் கண்ணதாசன் வனவாசம் முழுவதும் சாடோ சாடென்று சாடுகிறார்!

கண்ணதாசன் வனவாசத்தை முடிக்கின்ற அத்தியாயம் கவிதைத் தன்மை வாய்ந்தது. அவர் எழுதுகிறார்:

'கண்மூடித்தனமான அவனது அரசியல் வனவாசம் முடிந்துவிட்டது.

காட்டுக் குரங்குகளிடமிருந்து அவன் விடுதலை பெற்று விட்டான்!

சம்பளத்திற்கும் சலனத்திற்கும் ஆட்பட்ட கோழை மனிதர்களை 'தலைவர்' என்று போற்றிப் பாடிய அவன் பாட்டு முடிந்து விட்டது.

சமுதாயத்தின் மூன்றாந்தர மனிதர்களோடு அவனுக்கிருந்த உறவு அறுந்துபோய்விட்டது.

ஒரு நெடுஞ்சாலைக் கொள்ளைக் கூட்டத்தினரிடமிருந்து அந்த அப்பாவி மனிதன் தப்பி வெளியே வந்துவிட்டான்!

பொய்யிலே பிறந்துப் பொய்யிலே வளர்ந்த பொருளற்ற கூட்டத்தில் இருந்து அவன் புதிய உலகத்திற்கு வந்துவிட்டான்!

பாண்டவர்களைப்போல் பதின்மூன்று அல்ல- பத்தாண்டு காலம் வனவாசம் புரிந்த அவன் நாட்டுக்குத் திரும்பி விட்டான்!

மறுநாள் பொழுது 'மனிதா எழுந்திரு! உன் வாசம் முடிந்து விட்டது' என்று அவனுக்கு நினைவுறுத்துகிறது.

வனவாசம், ப.358-359

தி.மு.க.விலிருந்த காலத்தைத் தண்டனைக் காலம் என்கிறார். அதைத் துயர் சார்ந்த காட்டு வாழ்க்கை என்கிறார்.

ஆனால் அந்தப் பத்தாண்டு காலம்தான் அவர் வாழ்வில் எல்லா முன்னேற்றங்களும் நிகழ்ந்த காலம்!

தனி வாழ்க்கையில் பொருளாதார ஏற்றம்; நிகரற்ற பாவலன் என்னும் புகழ்; இப்படிப் பல வகையிலும் நேரிட்ட ஏற்றங்கள் பற்றிய மகிழ்ச்சியைவிட, அந்தக் காலகட்டத்தில் தி.மு.க.வில் இருக்க நேரிட்ட கசப்பே அவர் நெஞ்சில் மேலோங்கி நிற்கிறது.

காந்தியின் காலம் அடிமைக் காலம். ஆகவே அது குறிக்கோள் சார்ந்த காலமாக இருந்ததில் வியப்பில்லை. பொது

வாழ்க்கைக்கு வருகின்றவன் எந்தப் பயனும் கிட்டாது என்று தெரிந்தே வருகிறான். தியாகத்துக்குத் தயாராக இல்லாதவனுக்கு விடுதலைப் போராட்டக் காலத்தில் வேலையில்லை; புகழ் ஒன்றுதான் அதற்கான வெகுமதி.

ஆனால் தி.மு.க.வின் காலமோ விடுதலைக்குப் பிந்திய காலம்; அறுவடைக் காலம்! அதிகார அரசியலுக்குள்ளும் நுழைந்து விட்டது தி.மு.க.! இனி ஒவ்வொருவனுக்குமுள்ள பங்கு என்ன என்பதே முதன்மையான கேள்வி!

விடுதலை இயக்கம் தேர்தலில் நிற்க முடியாது என்று சட்டம் வருமானால் விடுதலையைத்தான் கைவிட முடியுமே தவிர தேர்தலைக் கைவிட முடியாது.

விடுதலைக் கோட்பாட்டைக் கைவிட்டால் கட்சியின் மீது நம்பிக்கை வைத்திருந்த கூட்டம் சிதறி விடுமோ என்று அஞ்சி, அண்ணா அதைக் கைவிடுவதைத் தள்ளிப் போட்டுக்கொண்டே வருகிறார்; அதனால் கண்ணதாசன் போன்றோரின் கேலிக்கு உள்ளாகிறார்!

ஆனால் ஒரு நெருக்கடியில் அடிப்படைக் கொள்கையான பிரிவினைக் கொள்கையைக் கை கழுவ நேரிட்டு விட்டபோது தி.மு.க. எந்தப் பாதிப்புக்கும் உள்ளாகவில்லை. கொள்கை கைவிடப்பட்ட நினைவே இல்லாமல் கட்சியினர் அடுத்த தேர் தலை எதிர்கொள்ளத் தயாரானார்கள்! இவர்களுக்குப் போய் இவ்வளவு பயந்து விட்டோமே என்று அண்ணா மனத்துக்குள் எண்ணியிருப்பார்!

தி.மு.க.வினரிடம் தரமில்லை; ஒழுக்கமில்லை; நாணயமில்லை என்ற கண்ணதாசனின் குற்றச்சாட்டுகளுக்கு அப்பாற்பட்டும் அது வளர்வதற்கான நல்ல சூழ்நிலை அன்றைய அரசியலில் இருந்ததைக் கண்ணதாசன் கவனத்தில் கொள்ளவில்லை.

காங்கிரசுக்கு மாற்றாகத் தமிழ்நாட்டில் உருவெடுத்த பொது வுடைமைக் கட்சி ரணதிவேயின் தெலுங்கானா ஆயுதப் போராட்டம் காரணமாக ஒடுக்கப்படவும் ஒளிந்து வாழவுமான இயக்கமாக மாறிச் சுருங்கிப் போனது.

அந்த வெற்றிடத்தைக் கைப்பற்ற தி.மு.க. விரைந்தது. கண்ண தாசன் குறிப்பிடும் தரமின்மை, நாணயமின்மை ஆகிய

பலவீனங்களோடும்கூட வெற்றிடத்தை நிரப்ப முடிந்த அந்த அளவு தகுதியே அன்றைய அரசியலுக்குப் போதுமானதாக இருந்தது. வளர்ச்சிக்கான தகுதிகள் குறித்த கண்ணதாசனின் அளவுகோல் வேறாகவும், நடைமுறை அரசியல் வேறாகவும் இருந்தன.

வனவாசத்தின் இறுதியில் சொல்கிறார்;

'அன்றுதான் அவன் உண்மையை நோக்கி நடைபோடத் துவங்கினான்!'

வனவாசம், ப.359

மனவாச வாழ்க்கையில் அந்த உண்மை தென்பட்டதா?

அதைச் சொல்லாமலே அந்த நூல் முடிந்துவிட்டது ஓர் அவலந் தானே!

சுவையில், நடையில், சொல்லும் விதத்தில், சொல்லுவதற்குத் தேர்ந்துகொண்ட செய்தியில், செய்தியிலுள்ள மெய்ம்மையில் எல்லாவற்றிலும் வனவாசம் விஞ்சி நிற்கிறது.

எழுதியவனைத் தவிர வேறு எவன் படிக்கும்போதும் சலிப் பையே தரும் தன்மையையுடைய தன் வரலாற்று நூலுக்கு ஒரு நாடகப்பாங்கான விறுவிறுப்பை ஏற்படுத்துவதென்பது கண்ண தாசனைத் தவிர வேறு யாருக்குக் கை வரும்?

10

கடவுட் கோட்பாட்டில் கருத்து வளர்ச்சி

கண்ணதாசன் அறியாப் பருவத்தில் கடவுள் நம்பிக்கை உடையவராக இருந்தார். இளமையின் தொடக்கத்தில் கடவுள் மறுப்பாளராக மாறிவிடு கிறார். அப்படி அவர் மாறுவதற்கு எந்த இயக்கம் காரணமானதோ அந்த இயக்கத்துக்குள் நுழைந்து அதில் உறுப்பினரானதிலிருந்து அவருடைய அரசியலும் கடவுள் மறுப்புக் கொள்கையும் பிணைந்தே நடைபோடுகின்றன.

காங்கிரசின் சார்பாகப் பேசுவதற்கு (Spokesman) ஒரு பாரதி கிடைத்ததுபோல, திராவிடக் கழகத்தின் சார்பாகப் பேசுவதற்கு ஒரு பாரதிதாசன் கிடைத்தது போல, வளரும் தி.மு.க.வுக்கு அப்படி ஒருவர் தேவைப்பட்டபோது அந்த இடத்தைக் கண்ண தாசன் நிரப்புகிறார். 'கவிஞர்' என்று குறிப் பிட்டாலே அது கண்ணதாசனைத்தான் குறிக்கும் என்ற அளவுக்கு அவர் அங்கு 'ஏகபோகமாக' ஆகி விடுகிறார்.

தி.மு.க.வின் வளர்ச்சிக்குக் கண்ணதாசன் கவிதை கள் பெருந்தொண்டு புரிகின்றன. அதுபோல் கண்ண தாசனைத் தூக்கி நிறுத்தியதில் தி.மு.க.வுக்கும் பெரும் பங்குண்டு!

அவரும் தி.மு.க.வும் ஒன்றாக வளரத் தொடங்கிய அந்தக் காலகட்டத்தில் அவருடைய முதல்

கவிதைத் தொகுதியும், இரண்டாம் கவிதைத் தொகுதியும் வெளிவந்தன.

1949-இல் அவர் எழுதத் தொடங்கியிருக்கிறார்; எழுதத் தொடங்கிய எட்டாம் ஆண்டில் வெளிவந்த முதல் தொகுதியில் அரசியலே ஓங்கி நிற்கிறது. அவருடைய தனிக் கற்பனைகளை வெளிப்படுத்தும் வண்ணம் சில பாடல்கள் சிறந்து காணப் பட்டாலும் அரசியல் விளாசல்களே அந்தத் தொகுதிகளைப் பேச வைக்கின்றன.

வரும்வருங்காலங்களில் யாராலும் அசைத்துப் பார்க்க முடியாத ஒரு பெரும் பாவலனை மேலும் மேலும் பட்டை தீட்டி ஒளிவீசச் செய்யும் பணியைக் காலம் செய்துகொண்டிருக்கிறது என்பதை அந்தத் தொகுதிகளிலிருந்து அறிய முடிகிறது.

அந்தக் காலகட்டம் முழுவதிலும் கண்ணதாசன் எழுதிய பாடல் களில் கடவுள் ஏற்புக் காணப்படவில்லையே தவிர கடவுள் எதிர்ப்பும் காணப்படாதது ஒரு வியப்பே!

பார்ப்பன எதிர்ப்பு முழு வீச்சில் காணப்படுகிறது. வடபுல எதிர்ப்பும், இந்தி எதிர்ப்பும், இந்திய மறுப்பும் முழுவீச்சில் காணப்படுகின்றன; ஆனால் கடவுள் எதிர்ப்பு காணப்படவே இல்லை!

இவ்வளவுக்கும் திராவிட முன்னேற்றக் கழகம் ஒரு நாத்திக இயக்கம்!

> 'சீரங்கநாதனையும் தில்லை நடராசனையும்
> பீரங்கி வைத்துப் பிளந்திடும் நாள் எந்நாளோ?'
>
> 'ஏரோட்டும் மக்களெல்லாம் ஏங்கித் தவிக்கையிலே
> தேரோட்டம் ஏன் உனக்குத் தியாகராசா?'

இவையெல்லாம் தி.மு.க.வின் மூல முழக்கங்கள். தி.மு.க.வின் அனைத்துக் கொள்கைகளையும் தன் இரத்தத்தில் ஏற்றிக் கொண்டு, அவற்றிற்காக வெறி கொண்டு பாடும் கண்ணதாசன் கடவுள் எதிர்ப்பை மட்டும் கண்டு கொள்ளாமலேயே விட்டு விடுகிறார். அவர் கடவுளை எந்த இடத்திலும் உடன்பட்டுப் பாடாததாலும் அவருடைய நெற்றியிலே திருநீறோ குங்குமமோ

திகழவில்லை என்பதாலும் அவர் கடவுள் மறுப்பாளராகவேதான்
நீடிக்கிறார் என்று இயக்கம் கருதிக் கொண்டிருக்கக் கூடும்!

கண்ணதாசன் கழகத்தில் சேர்ந்து கடவுள் மறுப்புக் கொள்கையை
ஏற்றுக்கொண்டு விட்டாலும், அதில் அவருக்கு நூற்றுக்கு நூறு
உறுதிப்பாடு இருந்திருப்பதுபோல் தெரியவில்லை; பார்ப்பன
எதிர்ப்பில் முனைப்பாக நின்றவர், கடவுள் எதிர்ப்பிலும்
முனைப்பாக நின்றார் என்பதற்கான தடயம் முதலிரு தொகுதி
களிலும் காணப்படவில்லை!

இரண்டாவது கவிதைத் தொகுதி 1958-இல் வெளிவருகிறது;
இப்போதும் அவர் வேகஞ்செறிந்த தி.மு.க.காரர்தான்;
ஆனாலும் இந்தத் தொகுதியில் 'நான் தெய்வத்தை நம்புகிறேன்'
என்று தலைப்பிட்டே ஒரு பாடல் எழுதியிருக்கிறார். தி.மு.க.
வில் இருந்துகொண்டே இப்படி ஒரு வாக்குமூலம் அளிப்பது
இயலாதது; ஆகவே இவர் சொல்ல வருவது என்ன என்று
அறிவதில் ஒரு பரபரப்பு ஏற்படுவது இயற்கை!

'நான் பண்டாரமாகவில்லை; பெண்டு பிள்ளைகளைப் பொய்
என்று சொல்லுகிற குறையறிவு உடையவனுமில்லை: திருநீறு
பூசிப் புத்திகெட்டுப் போனவனுமில்லை; ஆசையை மலமென்று
ஆரணங்கைத் தேடுகிறவனுமில்லை; அப்படிப்பட்டவர்கள்
எல்லாம் நம்புகிற தெய்வத்தை நான் நம்பவில்லை' என்கிறார்
கண்ணதாசன்.

கண்ணதாசனை நாறடிக்கக்கூடிய மோசமான பாடல்களில்
இஃதொன்று.

கண்ணதாசன் குறிப்பிட்டுக் காட்டுகின்ற இத்தகையோர்
மட்டுந்தான் தெய்வத்தை நம்பினார்கள் என்றில்லை; அறிவில்,
பண்பாட்டில், சான்றாண்மையில், பரிவில், இரக்கவுணர்வில்,
வாய்மையை இறுகப்பற்றி நிற்கும் உறுதிப்பாட்டில் மிக்கவர்
களும்கூட தெய்வத்தை நம்பியிருக்கிறார்கள்!

தெய்வத்தை மறுப்பதற்கு பண்டாரங்கள்தாம் காரணம் என்றால்
தெய்வத்தை உடன்படுவதற்கு வாய்மையாளர்களே காரணமாக
முடியுமே!

தி.மு.க. வழக்கமாகப் பேசிவந்த பொக்கையான தெய்வ
மறுப்புக் காரணங்கள் இவை; அவற்றையே கண்ணதாசனும்
பாடியுள்ளார்.

கோட்சேயும், காந்தியும் இருவருமே தெய்வ நம்பிக்கையுடைய
வர்கள்தாம்! இருவரும் தங்கள் போக்கில் செயல்படுகின்ற
உரிமையை இறைமை இருவருக்கும் வழங்கியிருக்கிறது.
அதனால்தான் வினையின் பொறுப்பு கடவுளைச் சாராமல்
மனிதனைச் சார்கிறது. தேர்வு செய்யும் பொறுப்பு மனிதனைப்
பொறுத்ததே. ஒருவன் கொலைகாரக் கோட்சே ஆவதும் இன்
னொருவன் உய்விக்க வந்த காந்தி ஆவதும் அவரவர் பொறுப்
பிலேயே இருக்கிறது!

பண்டாரங்களும் அவர்களுடைய படுக்கையறைப் பைங்கிளி
களும்தானா கடவுள் மறுப்புக்குப் போதுமான அடிப்படைகள்?

ஆயினும் இப்படிப்பட்ட மட்டையடி வாதங்களைத்தான்
தி.மு.க.வினர் அந்த நாளில் செய்தனர். அதை அடிமாறாமல்
பின்பற்றுகிறார் கண்ணதாசன்!

'பண்டார மாகவில்லை; பட்டையிட்டுக் கொள்ளவில்லை;
பெண்டோடு பிள்ளைகளைப் பெருமாய மாக்கவில்லை;
பூசுவது வெண்ணீறாய்ப் புத்திகெட்டுப் போகவில்லை;

ஆசைமலம் நீக்கிவிட்டே ஆரணங்கைத் தேடவில்லை;
தேவாரம் பாடவில்லை; திருப்புகழை நாடவில்லை;

ஆவாரும் அழிவாரும் ஆண்டவனின் பொம்மையெனப்
பாவாரம் சூட்டிவிட்டுப் பைங்கிளியைக் கூடவில்லை!

கோயிற் படியேறிக் குளங்களிலே மூக்குளித்து
நாவிற் கொடுமை ஒரு நாழிகையில் நூறு கொலை
பாவச் செயல்களுக்கோர் பாடம் வகுத்து வரும்
தேவாக்கள் போல நான் தெய்வத்தை நம்பவில்லை!'

I & II: *பாடல் 74,*
'நான் தெய்வத்தை நம்புகிறேன்'

'நான் தெய்வத்தை நம்புகிறேன்' என்னும் தலைப்பு தி.மு.க.
வினரைப் பேரச்சத்திற்கு உள்ளாக்கும் என்றாலும், அவர்கள்
வழக்கமாகப் பேசுவது போலத்தான் கண்ணதாசனும் பேசியிருக்
கிறார் என்பதால் அவர்கள் இந்தப் பாடலைப் பொருட்
படுத்தாமல் விட்டிருக்கக் கூடும்.

கண்ணதாசன் அத்துடன் பாட்டை முடித்துக் கொண்டிருக்கலாம்; அப்படியெல்லாம் முடித்துக்கொள்வது அவருடைய இயல் பில்லை!

அடுத்தடுத்த வரிகளில் தி.மு.க.வுக்கு அப்பால் நின்று ஒரு புதிய கடவுள் நம்பிக்கையை வடிவமைக்கிறார். தன்னுடைய கடவுள் நம்பிக்கை எது என்று தனித்து அடையாளம் காட்ட முற்படுகிறார்.

துன்பத்தில் கை கொடுப்பவன்; அவனுடைய கண்ணீரைத் துடைப் பவன்; பொய்யை அறுப்பவன்; தமிழை வளர்ப்பவன்; தீக்குளித்த பத்தினி; களத்தில் உயிர்விட்ட போராளி; சாதி எதிர்ப்பாளன் என்று வரிசையாக ஒரு பட்டியல் கொடுத்து இவர்கள் தாம் நான் நம்பும் கடவுள்கள் என்கிறார்.

> 'கைகொடுப்பான் ஓர் கடவுள்; கண்துடைப்பான் ஓர் கடவுள்;
> பொய்யறுப்பான் ஓர் கடவுள்; புன்னகைப்பான் ஓர் கடவுள்;
> மெய்வளர்ப்பான் ஓர் கடவுள்; மிஞ்சுதமிழ் இன்பமெனும்
> செய்விளைப்பான் ஓர் கடவுள்; தீக்குளித்த பத்தினியே
> கண்ணில் நின்ற கடவுள்; களத்தில் உயிர் விடுத்த
> புண்ணியனும் ஓர் கடவுள்; பூந்தமிழை மாய்த்து வரும்
> எண்ணரிய சாதிகளை எதிர்த்தடிப்பான் ஓர் கடவுள்;
> வண்ணமிகும் இக்கடவுள் வரிசையை நான் நம்புகிறேன்!'

மேற்படி

குழப்பம் கொடிகட்டிப் பறக்கத் தொடங்கி விடுகிறது. தமிழ் வளர்ப்பவன் ஒரு கடவுள்; சாதி எதிர்ப்பாளி ஒரு கடவுள் என்றெல்லாம் கடவுளுக்குப் புதுப்புது வரையறைகளைத் தோற்றுவிப்பதன் நோக்கம், நெருக்கிக் கழுத்தைப் பிடித்தால் தமிழ் வளர்த்த அண்ணாவையும், சாதியை மறுத்த ஈ.வே.ரா. பெரியாரையும் விடச் சிறந்த கடவுள் யார் என்று கண்ணதாசன் கேட்டுத் தப்பித்துவிட முடியும் என்பதுதான்!

'மாற்ற மனங்கழிய நின்ற மறையோனே'

-திருவாசகம் சிவபுராணம்: வரி 45

'மாற்றமாம் வையகத்தின் வெவ்வேறே வந்தறிவாந்
தேற்றனே தேற்றத் தெளிவே'

மேற்படி வரி 81

'மாறுபாடு' அற்றுப்போன மனத்தில் நிலைப்பவன் என்றும்,
இடையறாத மாற்றமே இயல்பாகிப்போன உலகில் வெவ்
வேறாக மாறி வருபவனென்றும் இறைவனை விளக்கப்படுத்து
கின்ற மாணிக்கவாசகர், கண்ணதாசனின் விளக்கத்தைக் கேட்க
நேர்ந்திருந்தால், தலைசுற்றிக் கீழே விழுந்திருப்பார்!

கடவுள் இல்லை; இல்லவே இல்லை என்னும் நிலையிலிருந்து
'ஒருவனே தேவன்' என்னும் நிலைக்குச் சரிந்து தி.மு.க. தன் புதிய
கொள்கையை வரித்துக்கொண்டு, முழு நாத்திக இயக்கமான
திராவிடர் கழகத்தை விட்டுத் தன்னை விலக்கிக் காட்ட முயன்ற
காலம் அதனுடைய தேர்தல் அரசியலோடு தொடர்புடையது.
தி.மு.க.வின் தேர்தல் அரசியல் 1957-இல் தொடங்குகிறது.

'ஒரே தேவன்' என்று சொன்னாரேயொழிய மாணிக்கவாசகரைப்
போல் அண்ணா தன்னுடைய 'ஒரே தேவனை' வரையறை
செய்ய முயன்றதாகத் தெரியவில்லை; ஆகவே அண்ணாவின்
ஒரே தேவனுக்குப் புதிய உரை எழுதி இட்டு நிரப்ப வேண்டிய
கட்டாயம் தனக்கிருப்பதாகக் கருதிக் கண்ணதாசன் இந்தப்
பாட்டை எழுதியிருக்கலாம்.

இத்தோடு கண்ணதாசன் விடவில்லை. உரையை இன்னும் விரிவு
செய்துகொண்டே போகிறார். பழைய காலப் பக்தி நெறியை
மூடத்தனம் என்று திராவிட இயக்கம் இனங்கண்டுள்ள நிலையில்,
திராவிடர்களுக்குப் புதிய பக்தி நெறி வகுத்துக் கொடுக்க வேண்
டிய கட்டாயமும் தனக்கு ஏற்பட்டுள்ளதாக நினைத்த கண்ண
தாசன், புதிய 'திராவிட மதம்' ஒன்றும் படைக்கப் புறப்படுகிறார்.

வெம்பி விழும் மானிடரை மேலெடுத்து நிறுத்துபவன்தான்
கடவுளென்றும், அந்த வகையில் கலைவாணன் என்.எசு.
கிருட்டிணன் கடவுளாகி விட்டதையும், இத்தகையவர்களை
நம்புவதே கடவுளை நம்புவது என்றும், இந்த முறையே எந்
நாளும் ஏற்பதற்கரிய தமிழ் முறை என்றும் ஆகவே இந்
நெறியைத் திராவிடரெல்லாம் பின்பற்றிப் பழைய பத்தாம்
பசலிப் பக்தி நெறியை ஒழித்துக் கட்டிவிட்டுப் புதிய நெறிக்குத்
திரும்ப வேண்டுமென்றும் எல்லாரையும் கூவி அழைக்கிறார்
கண்ணதாசன்!

'நம்புகிறேன் தெய்வத்தை நானென்று கூறுகையில்
வெம்பிவிழும் மானிடரை மேலெடுப்பான் பேர்கூறித்

தம்பி இவருனக்குச் சாமியென்றும் கூறிடுவேன்
அப்படித்தான் கலைவாணன் ஆனான் கடவுளென
அவ்வழியில் மேற்போனால் அடுத்துவரும் தென்னாட்டில்
ஒவ்வொரு நாள் ஒவ்வொருவர் உயர் கடவுளாய் வருவார்!
அன்னவரை நம்புவதே ஆண்டவனை நம்புவதாம்!
இன்னமுறை எந்நாளும் ஏற்கும் தமிழ்முறையாம்!
தென்னவரே எங்கள் திராவிடரே இவ்வழியே
முன்னமுள பக்திநெறி முடிக்குந் தமிழ்நெறியாம்!'

மேற்படி

இப்படி என்.எசு.கே.யில் தொடங்கி ஒவ்வொருவரையும் கடவுளாக்குகிற புதிய மதம் படைப்பதற்குப் பதிலாகக் கண்ண தாசன் நாத்திகராகவே இருந்திருக்கலாம்! அது சமூகத்துக்குக் கூடுதல் நன்மையாக இருந்திருக்கும்!

இந்தப் புதிய திராவிட மதத்தை அண்ணாவும் கருணாநிதியும் ஏற்றுக்கொண்டார்களா என்று தெரியவில்லை! தேர்தல் அரசிய லுக்கு வந்து விட்டமையால் மக்களை நெருங்க நாத்திகத்தை உதறிவிட்டு 'ஒருவனே தேவன்' என்று மொழிந்தார்களே யொழிய அந்தச் சொல்லினைத் தி.மு.க.வுக்குத் தந்த திருமூலரின் உட்பொருளை அவர்கள் புரிந்துகொண்டது போன்ற எந்த வெளிப்பாடும் அவர்களிடம் காணப்படவில்லை.

தான் படைத்த புதிய மதம் குறித்து அடுத்து வருங்காலங்களில் கண்ணதாசனும் எந்த அக்கறையும் காட்டவில்லை.

சந்தர்ப்பவசத்தால் கழகத்தில் சேர்ந்து அதற்குத் தன்னுடைய உயிரினும் இனிய கடவுட் கொள்கையை முதற்பலியாகக் கொடுத்துவிட்டு, வெகுகாலம் நாத்திக இருட்டறையில் விருப் பத்துக்கு மாறாகவே புழுங்கிக்கிடந்து தவித்து, ஒரு கட்டத்தில் தி.மு.க. தன் கடவுள் கொள்கையைத் தளர்த்திக் கொண்ட அரிய வாய்ப்பைப் பயன்படுத்திக்கொண்டு, 'நான் தெய்வத்தை நம்புகிறேன்' என்று கூவிக் கூவிப் பாட்டெழுதி மகிழ்ந்து போனவர் கண்ணதாசன்.

இரண்டாம் தொகுதியில் கடைசி கடைசியாகக் காணப்படும் இந்தப் பாடல் ஒரு முழு உளறல்! கண்ணதாசனுக்கும் இது

தெரிந்திருக்கக் கூடும்! மக்களை வசப்படுத்திக்கொள்வதற்காக ஒரு சொற்றொடரை அண்ணா சொன்னதை முழுமையாக நம்பித் தன்னுடைய பழைய காலக் கடவுட் கொள்கைக்குக் கண்ண தாசன் போய்விட்டால் அவர் கட்சியில் வெட்டுப்பட்டு விடுவார்; கட்சி அவரைத் தூக்கி எறிந்துவிடும்!

இந்த இரண்டுங்கெட்டான் நிலையில் அவருக்குத் தேவை 'நான் தெய்வத்தை நம்புகிறேன்' என்னும் தலைப்பும் அதை வெளிப்படையாக அறிவிக்கும் உரிமையுந்தான்! உள்ளே இருக்கும் சாரத்தைப் பற்றி அவர் கவலை கொள்ளவில்லை. யாரையெல்லாம் கடவுள் என்று சொன்னால் தி.மு.க. சச்சரவு செய்யாதோ, அவர்களையெல்லாம் கடவுளாக்கி விடுகிறார் கண்ணதாசன்.

உயிர் மற்றும் இறைமை சார்ந்த கோட்பாட்டைப் பொறுத்த வரை, முட்டையிலிருந்து வெளிவந்திருக்கும் தலைப்பிரட்டை யின் (tadpole) நிலையில் அவர் இருக்கிறார். தவளையாக முழு வடிவம் பெற இன்னும் சிறிது காலம் காத்திருக்கவேண்டும்.

அடுத்த மூன்றாண்டுகளில் 1961-இல் திராவிட முன்னேற்றக் கழகத்தை விட்டு அவர் வெளியேறி விடுகிறார். அது அவ ருடைய வாழ்வினில் ஒரு குறிக்கத்தக்க மாற்றத்தை உண்டாக்கு கிறது. அவர் விடுதலை பெற்ற மனிதராகி விடுகிறார். இனி ஒரு கட்சி வகுத்துத் தந்த கடவுட் கொள்கையை அவர் பின்பற்ற வேண்டிய கட்டாயமில்லை.

தன் தாயார் தனக்குக் கற்பித்த கடவுளைத் தன் மனம்போல் கொண்டாட இனி அவருக்குத் தடை ஏதுமில்லை.

சிறிது காலம் நடத்திய தமிழ்த் தேசியக் கட்சியை மூடிவிட்டு காங்கிரசில் சங்கமமாகிவிட்ட அந்தக் காலகட்டத்தில் அவ ருடைய மூன்றாந் தொகுதி வருகிறது. அது வெளிவந்தது 1968-இல்.

1961-க்குப் பிறகும் 1968-க்குள்ளும் அவர் எழுதிய கவிதைகள் மூன்றாந் தொகுதியில் அடக்கம்!

இந்தத் தொகுதியில் முதன் முதலாகத் 'தத்துவம்' என்ற தனித் தலைப்பிடப்பட்டு வகைப்படுத்தப்பட்ட ஆறு கவிதைகள் இடம் பெற்றுள்ளன.

கண்ணதாசனிடம் நடந்திருக்கும் அடிப்படையான சிந்தனை மாற்றத்தை இந்தத் தொகுதி அறிவிக்கிறது.

கடவுளைப் பற்றித் தெளிவான சிந்தனையுடன் கண்ணதாசன் எழுதத் தொடங்கி விடுகிறார்.

கலைவாணர் என்.எசு.கே. ஒரு கடவுள்; டி.ஏ.மதுரம் ஒரு கடவுள்; தமிழ் வளர்த்தவன் ஒரு கடவுள்; இந்தியை எதிர்த்தவன் ஒரு கடவுள் என்பன போன்ற கோமாளித்தனங்களையெல்லாம் புதைத்துவிட்டு தெளிவான கடவுட் கொள்கையை வெளிப் படுத்துகிறார் கண்ணதாசன்.

'கல்லிருக்கும் தேரை கண்டு
கருவிருக்கும் பிள்ளை கண்டு
உள்ளிருந்து ஊட்டி வைப்பான் ஒருவன் - அதை
உண்டுகளிப் போர்க் கவனே இறைவன்

தான் பெரிய வீரனென்று
தலைநிமிர்ந்து வாழ்பவர்க்கும்
நாள் குறித்துக் கூட்டிச் செல்லும் ஒருவன் - அவன்தான்
நாடகத்தை ஆட வைத்த இறைவன்!

ஒன்பது ஓட்டைக்குள்ளே
ஒருதுளிக் காற்றை வைத்து
சந்தையில் விற்றுவிட்டான் ஒருவன் - அவன்
தடந்தெரிந்தால் அவன்தான் இறைவன்!'

III: *பாடல் 55, 'அவன்தான் இறைவன்!'*

ஒன்பது ஓட்டை வைத்தும் ஒரு துளிக் காற்று தப்பித்துப் போய்விடாமல் உள்ளேயும் வெளியேயுமாக மாறி மாறி ஓடிக் கொண்டே இருக்கின்ற வியப்பைக் கண்ணதாசன் பாடுகையில், இவ்வளவு தெளிவையும் கண்ணதாசன் எங்கே வைத்திருந்தார் என்று கேட்கத் தோன்றுகிறது.

பிறந்து விழுந்தவுடன் ஊதப்பெற்ற அந்த ஒரு துளிக் காற்று, ஓட்டைகள் மிகுந்த இயந்திரத்தை இயக்கிக்கொண்டே இருக் கிறது. மனிதனின் முதற்செய்கை காற்றை உள்ளே இழுப்பது; கடைசிச் செய்கை காற்றை வெளியே விட்டுவிடுவது. இதற்குள்

வாழ்க்கை அடக்கம்! அதை நீடிக்க முயன்று செயற்கைச் சுவாசம் அளிப்பது வெற்றி பெற முடியவில்லையே! முதற் காற்றை ஊதியவன் எவனோ அவனே கடைசிக் காற்றையும் வெளியேற்றி, அதுவரை இளநங்கை விரும்பித் தழுவிச் சுவைத்த உடலைக் கட்டையின் நிலைக்குக் கீழ்மைப்படுத்தி, அந்த ஒரு துளிக் காற்றின் ஓட்டமின்மையால் அதை நாறச் செய்து, அதை ஊரில் வைத்திருக்க முடியாத நிலையை ஏற்படுத்தி, ஊருக்கு வெளியே கொண்டுபோய்ச் சுடும்படிச் செய்தவன் அவன்; அவன்தான் இறைவன்! அவன்தான் தங்களுக்கு மேல் யாருமில்லை என்று கொக்கரித்த அலெக்சாண்டருக்கும், செங்கிசுக்கானுக்கும், தைமூருக்கும், இட்லருக்கும் நாள் குறித்தவன்!

ஒன்பது ஓட்டையையும் ஒருதுளிக் காற்றையும் சொற்களால் பின்னி வாழ்க்கையை ஊடுருவிப் பார்க்க வைக்கிறார் கண்ண தாசன்!

இதற்குப் பிந்திய தொகுதிகளிலெல்லாம் இதைவிட மேலான கவிதைகள் ஒன்றிரண்டல்ல, ஒரு நூறு எழுதியிருக்கிறார்.

காலம் செல்லச் செல்ல அவருடைய பாப்புனையும் திறனும் எல்லையின்றி விரிகிறது. மெய்ம்மை குறித்த அவருடைய பார்வையும் கூர்மை பெறுகிறது.

ஐம்பது வயதை நெருங்குகின்ற காலத்தில் 'சொந்தமொன்று வேண்டும்' என்னும் தலைப்பில் ஒரு பாடல் புனைந்திருக்கிறார்; ஈடு இணையற்ற பாடல் அது!

கையில் பணமிருந்த நாளில் கனிவோடு ஓடி வந்தவர்கள்; பொய்ப் புகழ் சாற்றியவர்கள்; பூமாலை கட்டி இட்டவர்கள்; கைப்பொருள் போன பின்பு புல்லினும் புன்மையாய்க் கல்லினும் கீழ்மையாய்க் கருதுகின்றனரே; பணத்தைக் காணா மல் மனத்தைக் காணுகின்ற வடிவான சொந்தம் ஒன்றுகூட வாய்க்காதா?

கொல்ல வரும் வேங்கைகளாகவும், கொத்த வரும் பாம்புகளாக வும் இருக்கின்ற கூட்டத்தில் நல்லவர்கள் கதி என்ன?

அறிவு தோற்றுப் பணம் வெல்லும் கொள்கை அரங்கேறுகிறதே; உயர்மனிதன் எப்படி உருவாவான்?

கௌரவர்கள் குலத்தை அழித்துத் தருமநெறி காத்த கிருட்டிண தேவா, இதற்கென்ன முடிவு?

காலம் கழிந்து கொண்டேயிருக்கிறதே; வயது ஏறிக்கொண்டே போகிறதே; வாழ்நாளில் பாதி முடிந்து விட்டதே!

உயிர் பாதி போய்விட்டதே; உடல் பாதி தேய்ந்து விட்டதே; உள்ளமும் அதற்கேற்ப ஓய்ந்து விட்டதே!

உறவில் பாதி மரணமுற்று விட்டதே!

மயிர்கூடப் பாதி கொட்டிவிட்டதே; மதிகூட வயதுக்கேற்பப் பாதி தேய்ந்து விட்டதே; மனிதன், மனிதன் என்று செருக்குற்று ஓங்காரக் கூச்சலிடுகிறார்களே, அவனுடைய விலைதான் என்ன?

'கைப்பணம் உள்ளநாள்
கண்டவர் கடியவர்
கனிவோடும் ஓடி வருவார்

பொய்ப்புகழ் சாற்றுவார்
புன்னகை ஊற்றுவார்
பூமாலை கட்டி விடுவார்

புல்லினும் புன்மையாய்க்
கல்லினும் கீழ்மையாய்ப்
பொருள்போன பின்பு விடுவார்

வைப்பதோர் பூவிலென்
மனத்தையே காண்கின்ற
வடிவான சொந்தமிலையே!

கொல்லவரும் வேங்கைகள்
கொத்தவரும் பாம்புகள்
கூட்டத்தில் அவர்களெங்கே?

கொண்ட மதிதோலுமே
கொண்ட பொருள் வெல்லுமே
கொள்கையே கொடுமை இங்கே

உயிர்பாதி போனதே
உடல்பாதி தேய்ந்ததே
உள்ளமும் ஓய்ந்த நிலையே!

ஒருபாதி சொந்தமும்
எரிவாயில் வீழ்ந்ததே
உற்றதே மரண கலையே!

மயிர் பாதி வீழ்ந்ததே
மதிபாதி சாய்ந்ததே
மனிதனுக் கென்ன விலையே!'

VI: பாடல் 21, 'சொந்தம் ஒன்றுவேண்டும்'

காலத்தை வென்று நிற்கும் இத்தகைய பாடல்கள் மனிதனை மேம்படுத்தப் பிறந்தவை. இப்படியெல்லாம் எழுதத் தெரிந்த ஒருவனுக்குக் காலம் கை கட்டிச் சேவகம் செய்வதைத் தவிர வேறென்ன செய்ய முடியும்?

அவ்வாறே அவிவேக சிந்தாமணி என்னும் தலைப்பில் இரண்டு பகுதிகளாக அவர் எழுதிய பாடல்கள் நான்காம் தொகுதிக்கே சிறப்புச் சேர்க்கின்றன.

எல்லாரும் திருடர்களாக இருக்கிற உலகில் நல்லவர்கள் படு கின்ற பாட்டைக் கண்ணதாசன் எடுத்துச் சொல்லும்போது, இவ்வளவு ஒழுங்கற்ற உலகை வேடிக்கை பார்த்துக் கொண் டிருக்கும் இறைவனின் மீது சினம் பிறக்கிறது.

'செம்பினால் சிலைசெயும் வினைஞரும் மெதுவாகச்
செப்பிலே பாதி கொள்வார்
செம்பொனால் நகைசெயும் கொல்லரும் மறைவாகச்
சேதாரம் பாதி கொள்வார்
தப்பினால் ஏழையர் உடலிலே பணக்காரர்
சதைவெட்டி உண்டு பார்ப்பார்
தர்மகர்த் தாக்களும் தர்ம காரியத்திலே
தங்கள் காரியங்கள் பார்ப்பார்'

IV: 1:9 அவிவேக சிந்தாமணி

இவர்கள் திருடர்களாக இருப்பது மட்டுமில்லை; தங்களுடைய எல்லாத் திருட்டுத்தனமும் வெல்லவேண்டும் என்று வழிபாடு செய்துவிட்டுத் தான் தொழிலையும் தொடங்குகிறார்கள்.

'திருடனும் அரகரா சிவசிவா என்றுதான்
        திருநீறு பூசுகின்றான்
சீட்டாடும் மனிதனும் தெய்வத்தின் பேர்சொல்லிச்
        சீட்டைப் புரட்டுகின்றான்
முரடனும் அரிவாளில் காரியம் பார்த்தபின்
        முதல்வனை வணங்குகின்றான்
முச்சந்தி மங்கையும் முக்காடு நீக்கையில்
        முருகனைக் கூவுகின்றாள்'

IV: 1:14 அவிவேக சிந்தாமணி

தவறான வாழ்க்கைமுறை உடைய கயவர்கள் வாழ்க்கையில் வெற்றி பெறுகிறார்கள். வெற்றி பெறக் கடவுளையும் வணங்கிக் கொள்கிறார்கள். வணங்குபவர் யாராயினும், அவர்கள் எது குறித்து வணங்கினும், அவர்கள் தன்னுடைய தயவை நாடி நிற்கும் பக்தர்கள் என்பதை மட்டுமே கருத்தில்கொண்டு, அவர்களுக்கு உதவி செய்வதுதான் கடவுளின் கடமை என்று எல்லாரும் நம்புகின்றனர். இவர்களுடைய கொள்ளையில் ஒரு பகுதியை உதவி செய்த கடவுளுக்குச் செலுத்துவதற்கும்கூட அவர்கள் தவறுவதில்லை!

இத்தகைய போக்குடைய உலகத்தில் ஞானி வீணாய்ப் போகிறான்; வீணனோ வாழ்கிறான்!

'மெய்ஞான ஞானியும் விதிவிட்ட காற்றிலே
        விலையாகிப் போவதுண்டு
விவரமே இல்லாமல் காலத்தின் போக்கிலே
        வீணர்கள் வாழ்வதுண்டு'

V: 1:19 அவிவேக சிந்தாமணி

இவற்றுக்கெல்லாம் முடிவே கிடையாதா என்னும் கேள்விக்கு விடையாக வினைச் சட்டத்தை முன் வைக்கிறார் கண்ண தாசன்.

காடு சென்றே மனைவியைத் தோற்ற இராமன் எப்போதும் தோற்றவனா? அடுத்தவன் வீடு சென்றே மாற்றான் மனைவியைப் பெண்டாள முடிந்த இந்திரன் நிலையான வெற்றியின் சின்னமா?

தன்னோடு அரக்க குலம் முழுவதுமே அழிய இராவணன் அடைந்த வீழ்ச்சியும், இந்திரன் மேனியெல்லாம் குழிப்புண்ணான நிலையும் இவர்களின் வெற்றியையா காட்டுகிறது? வல்வினையின் வெற்றியை அல்லவா காட்டுகிறது என்று முடிக்கும்போது கண்ணதாசனின் மட்டற்ற தெளிவு புலப்படுகிறது.

'மாடு வென்றாலென்ன மனிதன் வென்றாலென்ன
வல்வினை வெற்றி மயிலே!'

VI: 1:20 அவிவேக சிந்தாமணி

என்பது முத்தாய்ப்பு வரி!

உலகின் போக்குகளை உள்ளவாறு எடுத்துக்காட்டி, எல்லாத் திருடர்களும் உடனுக்குடன் கிடைக்கும் பயன்களை எண்ணி இறுமாந்து போவதை எடுத்துச் சொல்லி, இதற்குக் கடவுளையும் துணைக்கழைத்துக்கொள்ளும் கடைகெட்ட அறிவை எண்ணிச் சிரித்து, கடைசியில் கடவுளையும் தள்ளி வைத்துவிட்டு, 'வல்வினை' செயல்படப் போவதை உறுதிப்படுத்தும் வகையில், அந்த வல்வினை இராமன், இந்திரன் போன்ற தேவாதி தேவர்களையே ஆட்டி வைத்ததை எடுத்துக் காட்டி, எல்லா ஐயங்களுக்கும் முற்றுப்புள்ளி வைக்கிறார் கண்ணதாசன். பாட்டென்றால் இது அல்லவா பாட்டு!

காந்திக்குப் பிந்திய ஊழல் உலகுக்குக் கண்ணதாசன் சொல்ல வேண்டிய செய்தி இதுதானே! வல்வினை பற்றிய அச்சம் ஒன்றாலன்றி வேறெதனால் அவர்களை ஒழுங்குபடுத்த முடியும்?

சமூக ஒழுங்கு குறித்த கவலைதானே இத்தகைய பாடல்களைக் கண்ணதாசனை எழுத வைத்தது.

கண்ணதாசனின் கடவுட் கோட்பாடு சமூக ஒழுங்கோடு பின்னிப் பிணைந்தது. அவை வெறுந் தோத்திரப் பாடல்கள் அல்ல.

அப்படிச் சில உண்டெனினும் பெரும்பான்மை சமூகச் சிந்தனையோடு பிறந்தவையே!

பாக்கித்தானை ஆண்ட இராணுவத் தளபதி யாயாகான் வங்கதேச மக்களைச் சொல்லொணாக் கொடுமைகளுக்கு உள்ளாக்கிய போது, 'இறைவன் என்ன தூங்கி விட்டானா; அவனை எழுப்புங் கள்!' என்று இறைவனையே புரட்டிப் புரட்டி எடுக்கின்றார் கண்ணதாசன்.

ஆக்கல், அளித்தல், அரவணைத்தல் என்றெல்லாம் ஒன்றுக்கு மூன்று இலாகாக்களைக் கையில் வைத்துக்கொண்டு கடமை மறந்து தூங்குகிறானே!

பெண்டாட்டியோடு படுக்கையில் களைக்கும்வரை விளையாடி விட்டு நேரங்கெட்ட நேரத்தில் தூங்குகிறானே!

மானிடர்கள் தவிக்கிறார்கள்; படைத்தவன் புத்தியில்லாமல் தூங்குகிறானே!

வங்காள மங்கையர்கள் வாடுவதைக் காணாமல் இந்தப் பங்காளி வான்முகட்டில் பாய் விரித்துத் தூங்குகிறானே!

கூற்றுவனை ஆடவிட்டு அந்தக் கோவிந்தன் தூங்குகிறானே!

பாஞ்சாலி சேலையைப் பாவிகள் உரியும்போது, 'ஆண்சாதி நானிருக்கிறேன்' என்று அங்கு வந்தானே இந்தக் கோபாலன். இப்போது மான்சாதி வங்காள மங்கையர்கள் வடிக்கும் கண்ணீரைத் துடைக்க ஏன் வரவில்லை?

அர்ச்சுனர்க்குப் போதிக்க நேரமிருந்த பரந்தாமனுக்கு நிக்ச னுக்குப் போதிக்க ஏன் நேரம் கிடைக்கவில்லை?

தூக்கத்தைவிட்டு ஒழுங்காக எழுந்து வங்கதேச மக்களின் கண்ணீரைத் துடைக்க அவன் வரவேண்டும்; அப்படி அவன் வரவில்லை என்றால் கடவுள் இல்லை என்று சொல்கின்ற நாத்திகர்களை நாங்கள் கடவுளாக்கி விடுவோம்.

'ஆக்கல் அளித்தல்
அரவணைத்தல் என்றெல்லாம்
பாக்குவைத்துக் கொண்டு விட்ட
பாவிமகன் தூங்குகிறான்!

காட்டு மிருகமதைக்
கலந்தொருத்தி பெற்ற பிள்ளை
நாட்டுத் தலைவனெனும்
யாயாகான் பேய்மகனை
கோட்டு முகடேறிக்
குதித்தாட விட்டுவிட்டு
பாட்டில்சுரம் தூங்கும்
பாவனையில் தூங்குகிறான்!
பாஞ்சாலி பூந்துகிலைப்
பற்றி இழுக்கையிலே
ஆண்சாதி நாமென்றே
ஆங்கு வந்த கோபாலன்
மான்சாதி வங்காள
மங்கையர்கள் கண்ணீரை
ஏன்காண வில்லை அது
எனக்கும் புரியவில்லை!
எல்லையிலாத் துயர்தீர
இறைவன் வரவில்லையெனில்
'இல்லை அவன்' என்பாரை
இறைவனென நாம் துதிப்போம்!'

V: பாடல் 10

'இறைவனை எழுப்புங்கள்'

எவ்வளவு நேர்த்தியும் உணர்ச்சியும் மிக்க பாடல் இது. கண்ண தாசனுக்குக் கடவுள் முக்கியம்தான்; ஆனால் கடவுள் மனிதனுக் காகத்தான் முக்கியம்!

மனிதனோ பிறப்பும் இறப்பும் உடையவன்; வரம்புக்குட் பட்டவன்; நோய், முதுமை, சாவு என்ற துயர்களைத் தவிர்க்க முடியாதவன்; இவ்வளவுக்குமிடையே ஆளுகின்ற நாய்களும் அழிவு வேலை செய்தால் எப்படிப் பொறுப்பது?

மனிதன் மனிதனைக் காக்க முடியாதபோது இறைவன் காப்பான் என்பதுதானே இறை நம்பிக்கையின் அடிப்படை.

அப்படி ஒரு நெருக்கடி வரும்போது இறைவன் இறங்கிவர வேண்டியதுதானே!

அப்படி அவன் வரமாட்டான் என்றால், 'அவன் இருந்தால் தானே வருவான்' என்று சொன்ன அறிவுடைய நாத்திகனைக் கடவு ளாக்கி விடலாமே!

கடவுளிடம் கொஞ்சமாவது பயம் இருக்கிறதா பாருங்கள் இந்தக் கண்ணதாசனுக்கு!

கண்ணதாசனின் கடவுள் நம்பிக்கை சமூக ஒழுங்கோடு தொடர் புடையது.

தன்னுடைய ஒவ்வொரு குரலுக்கும் அவன் செவி சாய்க்கா விட்டாலும் அதருமம் பெரிய அளவுக்குத் தலைதூக்கி ஆடும் போது அவன் செயல்படத் தவறி விட்டால், இறைவன் இருக்க வேண்டிய தேவையே இல்லை என்பது கண்ணதாசன் கண்ட கடவுட் கோட்பாடு.

இறைவனை எழுப்பினாரே; அவன் வந்தானா?

கடைசிக் காலத்தில் கண்ணதாசனுக்குக் கடவுள்தான் கடவுளாக இருந்தாரா; அல்லது நாத்திகன் கடவுளாகி விட்டானா என்று கேள்வி எழுப்பினால், கண்ணதாசன் 'என்னை ஏன் கேட்கிறாய்; வரலாற்றைக் கேள்; விடை சொல்லும்' என்று சொல்லி யிருப்பார்!

அட்டூழியம் புரிந்த யாயாகான் ஆட்சி இழந்ததும், அதற்குத் துணையாக இருந்த பூட்டோ பின்னொருநாள் தூக்கிலிடப் பட்டதும், இதை அமைதியாக வேடிக்கை பார்த்துக் கொண் டிருந்த பாக்கித்தானியர் தங்கள் நாட்டின் சிறந்த பாதியை இழந்து சிறுமைப்பட்டதும், நாதியற்றுச் சிறையில் கிடந்த முசுபிர் ரகுமான் விடுதலை பெற்ற வங்கதேசத்துக்கு அதிபதி ஆனதுமான அடுத்தடுத்த காலத்து வரலாற்றுச் சுவடுகளெல் லாம், கடவுள் பயந்து எழுந்து வந்து செயல்பட்டுவிட்டான் என்பதைத்தானே காட்டுகிறது! எந்தத் தீமையும் இறுதியில் தீய்ந்துதானே போகிறது!

கண்ணதாசனின் கடவுட் கோட்பாடு திராவிட இயக்கக் காலத்துக் குளறுபடிகளெல்லாம் நீங்கப் பெற்றுத் தெளிவாக வளர்ச்சி

பெற்று வந்திருப்பதையும், அது சமூக நோக்கம் கொண்டதாக முழுமையுற்றிருப்பதையும் அவருடைய கவிதைகள் வெளிப் படுத்துகின்றன!

பாரதிதாசன் திராவிட இயக்கத்தின் கருதுகோள் (thesis); கண்ண தாசன் எதிர்கோள் (anti-thesis).

கண்ணதாசனின் கவிதைக் குதிரை காற்றிலேறி விண்ணைச் சாடு கிறது!

11

அர்த்தமுள்ள இந்து மதம்

கவிஞனாக இருப்பின் உரைநடையாளனாக இருப்பதில்லை; அப்படியே இருந்தாலும் அவன் மேடையேறிப் பேசத் தொடங்கும்போது, அடர்த்தி யான கூட்டம்கூடக் காவல் துறையின் தடியடிக்கு உள்ளானதுபோலக் கலைந்து சிதறுவதுண்டு.

பாரதியும், பாரதிதாசனும் மிகச் சிறந்த கவிஞர்கள் என்ற அளவோடு நின்று போனார்கள். பாரதியாரின் கட்டுரைத் தொகுப்பு நூல் அளவில் பெரியது; ஆனால் செலுத்திய தாக்கத்தில் பெரிதில்லை. படிப்போரைத் தன்வயப்படுத்திக் கொள்ளும் ஆற்றல் அவருடைய கவிதைக்கு இருந்ததுபோல உரைநடைக்கு இருக்கவில்லை. இதே நிலையில் தான் பாரதிதாசனும்!

ஆனால் கண்ணதாசனோ கவிதை, உரைநடை, பேச்சு என்று எல்லாவற்றிலும் தன்னிகரற்றுத் திகழ்ந்தார்.

பொதுவாகத் தமிழ்நாட்டில் புத்தகங்கள் வாங்கு வோர் மிகக் குறைவு. அதுவும் கதைப் புத்தகங்களாக இருந்தால் அவற்றில் சில இரண்டு மூன்று பதிப்பு கள் வரை ஓடியடையும். அதைப் பற்றி எழுத்தாளர் சுசாதா ஒருமுறை கூறினார். 'ஆனந்த விகடன், குமுதம்போன்ற தாளிகைகளில் வெளிவரும்போது இலட்சக்கணக்கான மக்களால் படிக்கப்படுகிறது;

அதே கதையோ, அதுபோன்ற புதிய கதையோ புத்தக வடிவில் வரும்போது இரண்டு பதிப்பைத் தொடுவதற்கே மூச்சு வாங்குகிறது.'

இத்தகைய தமிழ்ப் புத்தக உலகத்தில் கண்ணதாசனுடைய உரை நடை நூல்கள் பெருவாரியாக விற்பனையாகின்றன. அவருடைய புத்தகங்களில் ஐம்பது பதிப்பைத் தொட்ட புத்தகங்களும் உண்டென்று சொல்கிறார்கள். புத்தகங்களின் தரத்தை மதிப்பிட அவற்றின் விற்பனை அளவுகோலாக முடியாது என்பது உண்மையெனினும் சிவசங்கரி அந்த இடத்தை அடைவதைவிடக் கண்ணதாசன் அடைவது ஒரு வகையில் தகுதிதானே!

எழுத்தாளர்களில் இவ்வளவு பெரிய அளவுக்கு மக்களைச் சென்றடைந்தோர் வெகுசிலரே!

கண்ணதாசனின் அர்த்தமுள்ள இந்து மதம் தமிழை எழுத்துக் கூட்டிப் படிப்போர்வரை சென்று ஒரு பிரளயத்தையே ஏற்படுத்திய நூல்களில் ஒன்று!

ஆனால் கண்ணதாசனின் ஆழத்தை மட்டுமன்று; அவருடைய மேம்போக்கான தன்மையையும் அந்த நூல் ஒருசேர வெளிப்படுத்தியிருக்கிறது என்றுதான் சொல்லவேண்டும்.

இந்தியச் சமயங்களின் சாரம் என்னவோ அது அந்த நூலில் பின்னிப் பின்னிப் பேசப்பட்டிருக்கிறது. செய்த வினைக்குரிய பயனை ஒருவன் நுகராமல் தப்ப முடியாது; இதுவே நூலின் செய்தி! இந்தச் செய்தியை விளக்குவதற்குத் தன் கதையையோ, தன்னைச் சார்ந்தவர்களின் கதையையோ அவர் மேற்கோளாக எடுத்துக் காட்டுவது படிப்பவர்களுக்கு ஒரு நெருக்கத்தை ஏற்படுத்தி விடுகிறது. எங்கேயோ தொலைதூரத்தில் நிகழ்ந்ததன்று; நமக்குப் பக்கத்திலுள்ள ஒருவருக்கு நடந்தது; நம் ஊருக்கு அடுத்த ஊரில் நடந்தது என்னும்போது படிக்கின்றவனுக்கு நம்பிக்கை ஏற்படுகிறது. 'வேதத்தில் சொல்லப்பட்டிருக்கிறது நம்பு' என்று சொல்வதைவிட, 'நம்முடைய வேதாசலத்திற்கு நடந்ததைப் பார்க்கவில்லையா' என்று கேட்பது நம்பிக்கையை உண்டாக்கச் சிறந்த உத்தி! கண்ணதாசன் இதிலெல்லாம் மன்னன்! சங்கராச்சாரியாரே சாய்ந்து போனாரே!

விதியைப்பற்றி ஒரு மிகச் சிறந்த விளக்கத்தை நான்கே வரியில் நெஞ்சில் பதியுமாறு சொல்கிறார் கண்ணதாசன்.

'வீரன் வெற்றி பெற்றால், அது வீரத்தால் வந்தது. கோழை தோல்வியுற்றால், அது கோழைத்தனத்தால் கிடைத்தது. ஆனால் வீரன் தோல்வியுற்றாலோ, கோழை வெற்றி பெற்றாலோ, அது விதியால் நிர்ணயிக்கப்பட்டது'

அர்த்தமுள்ள இந்துமதம், தொகுதி I: *ப.55*

தகுதியும் ஆற்றலும் அதற்கேற்ற முயற்சியும் உடைய ஒருவன் எப்படித் தோற்க முடியும்? எந்த ஆற்றலும் அற்ற ஒருவன் எப்படி வெல்ல முடியும்? ஆனால் இவையிரண்டும் நடக்கின்றனவே!

அப்போதுதான் விதி உள்ளே நுழைகிறது. விதி நம்மை மீறி நடத்துவது என்றும் அதைத் தீர்மானிப்பது வேறொரு ஆற்றல் என்றும், ஆனால் அத்தகைய தீர்மானங்கள் முறைமை சார்ந்தவை என்றும் அறிகின்றபோது ஒருவன் ஆறுதலடைய முடிகின்றது. விதிக் கோட்பாடு முயற்சிக்கும், முயற்சிக்குத் தொடர்பில்லாத விளைவுக்குமிடையே பாலம் அமைத்து மனம் நொறுங்கி விடாமல் காக்கிறது!

இதை மணித் தமிழில் மணியான நடையில் கண்ணதாசன் எழுதுவது நெஞ்சில் பசுமரத்தாணிபோலப் பதிந்துவிடுகிறது.

இந்த நூலை எழுதுவதற்கு அவருக்குக் கூடுதல் படிப்போ, கூடுதல் பாடோ தேவைப்பட்டிருப்பதுபோல் தெரியவில்லை! ஒருவரோடு அளவளாவும்போது நெஞ்சுக்குத் தோன்றியவற்றை எல்லாம் அளந்து பாராமல் சொல்வதுபோல, அவர் அளந்து பாராமல் சொல்லி எழுதப்பட்டனவெல்லாம் தொகுக்கப்பட்டு ஒரு நூல் என்கின்ற நிலை அடைந்திருக்கின்றன; அவ்வளவு தான்.

ஒரு வார இதழுக்கு வாரந்தோறும் அவர் எழுதிய கட்டுரைகள் என்பதால் இவற்றில் பல கனமில்லாமல் இருப்பது இயற்கையே!

இந்தக் கட்டுரைகள் நூல் வடிவு பெறுகின்ற கட்டத்தில் காஞ்சி சங்கராச்சாரியார் அதற்கு ஓர் அணிந்துரை வழங்கி இருக்கிறார்.

'இந்து மதத்தில் நடத்தக்கூடிய ஒவ்வொரு காரியத்துக்கும், சடங்கிற்கும் அர்த்தமுண்டு என்ற கருத்துக்களை எல்லாம் பாமர மக்கள் படித்து அறிந்துகொள்ளும்வகையில் கண்ணதாசன் எழுதியிருக்கிறார்' என்று அந்த அணிந்துரையில் பாராட்டுகிறார் சங்கராச்சாரியார்.

இதனுடைய இரண்டாம் தொகுதிக்கு முன்னுரை எழுதும்போது, 'ஆ.. ஆ.. ஆ' என்று வியப்பில் வாயை அகலத் திறந்த வாரியார், பிறகு மூடினாரா என்பதை அறிய முடியவில்லை!

கண்ணதாசன் அர்த்தமுள்ள இந்து மதத்தில் கனவைப் பற்றி எழுதுகிறார்.

'கனவு என்பது இறைவன் விடும் முன்னறிவிப்பு என்றே நான் கருதுகிறேன். கனவில் மலம் வந்தால் பணம் வருகிறது. பல் விழுவதாகக் கனவு கண்டால் மறுநாளே கோர்ட்டில் புது வழக்கு வருகிறது.'

அர்த்தமுள்ள இந்துமதம், தொகுதி II: ப.64

இவற்றையெல்லாம் யார் சரிபார்ப்பது? சிக்மண்ட் பிராய்டு கனவுகளுக்குச் சொன்ன உளவியல் காரணங்களையெல்லாம் அறியும் வாய்ப்புள்ள காலத்தில் வாழ்ந்தும், கண்ணதாசன் இவற்றிற்குப் பலன் எழுத முயல்வது எது கருதி? இத்தகைய வீணான நம்பிக்கைகளை உண்டாக்குவதன்மூலம் பலனடையப் போவது யார்? மக்களா? பூசாரிகளா?

சகுனம் என்றும் ஓர் அத்தியாயம் எழுதியிருக்கிறார்.

'ஒற்றைப் பிராமணன் வருவதும், விதவை வருவதும் கெட்ட சகுனம்;

ஆனால் சலவைத் தொழிலாளி வருவது நல்ல சகுனம்' என்று பட்டியலிட்டுக்கொண்டே போகிறார்.

கால் தடுக்குவது, பயணத்தின்போது படுக்கை தவறி விழுவது இவை கெட்ட சகுனங்களே என்கிறார்.

'சில சகுனங்கள் இறைவனின் முன்னறிவிப்புகளே சந்தேகமே யில்லை' என்று அடித்துச் சொல்கிறார்.

காரைக்குடி நகர்மன்றத் தலைவர் மகிழ்வுந்தின் மேலே கட்டப் பட்ட படுக்கை தவறி விழுந்ததைக் கெட்ட சகுனம் என்று கருதாமல் பயணம் புறப்பட்டு நடுவழியில் சரக்குந்து மோதி மரணமடைந்தார் என்று சான்று காட்டுகிறார்.

சகுனம் இறைவனின் முன்னறிவிப்பு என்று எண்ணிப் பய ணத்தை நிறுத்தியிருந்தால் சாவைத் தள்ளிப் போட்டிருக்கலாமா?

அப்படியானால் ஒருவன் கருவில் ஒரு துளியாய் நுழைந்தபோதே அவன் இன்ன வயதில் இன்ன நாளில், இன்னவிதமாக இறப்பான் என்னும் விதிக் கோட்பாடு என்னாவது?

கெட்ட சகுனம் நகரவைத் தலைவரின் ஆவியை மட்டும்தானே போக்கியது; மகிழ்வுந்திலிருந்த மற்றவர்களுக்கு கெட்ட சகுன மாகவில்லையே. எப்படி? சகுனம் பகுதி பகுதியாகச் செயல் படும் தன்மையுடையதா?

வாழ்வில் பின்னால் நடப்பதை முன்னறிவிப்புச் செய்யும் வசதி இயற்கையிலேயே நம்முடைய மதத்தால் நமக்கு வழங்கப் பட்டிருக்கிறது என்றால் யார்தான் அதை வேண்டாமென்பார்கள்! அதை இந்து மதத்தின் 'காப்பிரைட்'டாக்கி உலகம் முழுவதும் விற்று விடலாமே!

நெருக்கிக் கேட்டால், 'உங்களுடைய பகுத்தறிவு உங்களைக் காப்பாற்றட்டும்; எங்களது நம்பிக்கை எங்களைக் காப் பாற்றட்டும்' என்று வழுக்கிக்கொண்டு ஓடுகிறார் கண்ணதாசன். எளிய மக்கள் ஏற்கெனவே 'எத்தைத் தின்றால் பித்தம் தீரும்' என்று நடுங்கிப் போயிருக்கிறார்கள். அவர்களை மூட நம்பிக்கை களை நோக்கிச் செலுத்தினால், அந்த நம்பிக்கைகள் பொய்த்துப் போகும்போது மேலும் அரண்டு போக மாட்டார்களா?

அர்த்தமுள்ள இந்து மதத்தில் கண்ணதாசன் பெண்களைப்பற்றிச் சொல்லியிருப்பவை எல்லாம் கடுமையான எதிர்ப்பைச் சந்திக்கும்.

'பெண் காலைப் பார்த்து நடக்கவேண்டும். அப்போதுதான் பூமியிலும், வாழ்க்கையிலும் வழுக்கி விழாமலிருப்பாள்'

தொகுதி 1: ப.78

'மாங்கல்யத்தில் மூன்று முடிச்சு போடப்படுவதேன்?

ஒரு முடிச்சு கணவனுக்கு அடங்கியவளென்றும், மறு முடிச்சு தாய் தந்தைக்குக் கட்டுப்பட்டவளென்றும், மூன்றாவது முடிச்சு தெய்வத்திற்குப் பயந்தவளென்றும் உறுதிகொள்ள வைப்பதற்கே!'

தொகுதி 1: ப.80

ஒரு முடிச்சோடு விட்டுவிட்டால் அதற்கு வலுப்போதாது; தாலி உருவிக்கொண்டு விடும்; தாலி தங்கத்தில் செய்யப்படுவதால் அது பொருளிழப்பில் முடிந்து விடுமென்று மூன்று முடிச்சுக்குக் காரணம் சொல்லியிருந்தால் அது அந்த அளவுக்குப் பொருத்த மாக இருந்திருக்கும்!

எழுதுவதற்குள்ள நேர அளவே சிந்திப்பதற்கும் போதும் என்னும் அலட்சியத்தால் வருகின்ற பிழைகள் இவையெல்லாம்!

> 'கற்பு என்றொரு வேலி போட்டுப் பெண்களைத் தெய்வங்
> களாக்கிக் குடும்பங்களை மகிழ்ச்சிகரமாக்கிய ஏ! இந்துமதமே!
> உன்னை என் உயிராக நேசிக்கிறேன்'

தொகுதி 1: ப.83

கற்புக் கொள்கை காலத்திற்குக் காலம் வேறுபட்டு வந்திருக் கிறது. கற்புதான் என்றில்லை. எல்லாக் கொள்கைகளுமே சமு தாயத்தின் பொருள் உற்பத்தி நிலை, ஒரு பொருளின் கிடைப் பருமை ஆகிய எத்தனையோ நிலைகளைச் சார்ந்து இருக்கின்றன.

அரேபியத் தொல்குலங்களுக்கிடையே இடையறாது நடந்த சண்டைகள் இளைஞர்கள் உயிரைக் குடித்தமையால் ஆண்கள் தொகை குறைந்து போனது. நான்கு பெண்ணுக்கு ஒரு ஆண் மட்டுமே கிடைத்த ஒரு சமூகத்தில் ஒருவனுக்கு ஒருத்தி என்ற கோட்பாடு வலியுறுத்தப்பட்டால் அது பெண்ணுக்கு இழைக்கும் அநீதியாகாதா? மீதமுள்ள மூன்று பெண்கள் மொட்டை மரங் களாக நிற்பார்களே! ஆகவே நபிகள் நாயகம் ஒரு ஆண் நான்கு பெண்கள்வரை மணக்கலாம் என்று விதித்தார். ஆனால் அது கால காலத்துக்கும் இசுலாத்தின் கொள்கையானது சரியா என்பது வேறு கேள்வி!

அதுபோல்தான் இந்தியாவிலும் பல கணவர் மணம், பல மனைவியர் மணம் என்று காலத்திற்கொரு ஒழுக்க நிலை ஓங்கியிருந்திருக்கிறது. அதுபோல் போரற்ற சீரான சமூக அமைப்பில் ஒருவனுக்கு ஒருத்தி என்னும் ஒழுகலாறு நிலைபெறுவதும் புரிந்துகொள்ளத்தக்கதே!

நினைவுக்கு எட்டிய வேதகாலத்திலிருந்து இன்றுவரை இந்தச் சமூகத்தின் மாறாக் கொள்கை கற்பு என்பது எந்த வகையில் சரியானது? இதற்காகத்தான் இந்து மதத்தை கண்ணதாசன் நேசிக்கிறார் என்றால் உண்மைகள் உணர்த்தப்படும்போது

'அர்த்தமே இல்லாத இந்து மதம்' என்று நேர் எதிராக வேறொரு புத்தகம் எழுத நேரிடுமே!

தாய்வழிச் சமூகத்தில் கற்பு இல்லை; குடும்பத்தின் தலைவி பெண்ணே; ஆணில்லை! யாருக்குப் பிறந்த பிள்ளைகள் என்பது அவளுக்குத் தெரிந்திருக்கவும் இல்லை; அவள் தெரிந்துகொள்ள முயன்றதும் இல்லை!

மனித குலம் நிலத்தைச் சார்ந்து நிலையாக வாழத் தொடங்கிய பிறகே, ஓர் ஆணுக்குத் தன் சொத்தைத் தன் பிள்ளைகளுக்கே விட்டுவிட்டுப் போவதற்கு அடையாளம் தெரிந்தாக வேண்டிய கட்டாயம் ஏற்பட்ட பிறகே, கற்பு கண்டறியப்பட வேண்டிய தேவை ஏற்பட்டது என்று ஆய்வாளர்கள் கூறுவர். பெண்ணும் இயற்கையை எதிர்த்துப் போராட வேண்டிய கட்டாயத்திலிருந்து விடுவிக்கப்படுகின்ற வசதியை எண்ணி, அதற்கு மாற்று உதவி யாக, இவனுக்குமட்டும் பிள்ளை பெற்றுக் கொடுப்பதற்கு உடன் பட்டுக் கற்பு ஒப்பந்தத்தை மேற்கொண்டாள் என்றும் கூறுவர்.

ஆனால் பெண்ணைப் பொறுத்தவரை இனி வரும் காலங்கள் கடுமையானவையாக இருக்கப் போவதில்லை. கணினி யுகத் துக்கு எந்த உடல் வலுவும் தேவையில்லை; மூளையால் மட்டுமே வாழ முடியும் என்னும் காலத்தில் ஆணுக்கு உடல் வலு நீங்கலாக வேறு எந்த வகையிலும் தாழ்வில்லாத பெண், பொருளாதார விடுதலை பெற்று விடுவாள். அவள் ஆணைச் சார்ந்திருக்க வேண்டிய கட்டாயம் எப்போது முற்றிலுமாகப் போய் விடுகிறதோ, அப்போதே கற்பு ஒப்பந்தமும் கிழிந்து போகும்; ஆமாம், கிழிந்துதான் போகும்! மீண்டும் தாய்வழிச் சமூகம் தோன்றினாலும் வியப்பில்லை.

இப்படி ஒரு காலகட்டத்தில் 'காலைப் பார்த்து நட; கட்டை விரலைப் பார்த்து நட' என்று கண்ணதாசன் சொல்லுவதெல்லாம் வீண் பேச்சு.

பொருளியல் நிலைகளை அடித்தளமாகக்கொண்டு அமைவதே ஒழுக்கம், நீதி ஆகிய அனைத்தும் என்ற அரிய சிந்தனைகள் நமக்கு வெளிப்படுத்தப்பட்டு விட்ட காலத்துக்குப் பின்,

> 'ஓ இந்து மதமே நீதான் கற்புக்கு வேலி போட்டாய்; எனவே உன்னை என் உயிராக நேசிக்கிறேன்'

தொகுதி 1 ப.83

என்றெல்லாம் எழுதுவதில் என்ன பொருளிருக்க முடியும்?

இதையெல்லாம்விட மிக மோசமாக ஒன்று எழுதியிருக்கிறார் கண்ணதாசன்:

> 'குலதருமபத்தினி தாயாகவும் மந்திரியாகவும் நடந்துகொள்ள வேண்டுவதுபோல, மஞ்சத்தில் கணிகையாக நடந்து கொள்ளவேண்டும்.'

தொகுதி 1 : ப.86

வாழ்க்கைத் துணைநலம் என்றொரு தனி அதிகாரமே யாத்தான் தெய்வப் புலமைத் திருவள்ளுவன். அதில் ஒன்றில்கூட இப்படி யொரு அருவருக்கத்தக்க கருத்து இல்லை; இருந்தால் அவன் தெய்வப் புலவன் ஆகியிருக்க மாட்டானே!

மனைவி மாண்புடையவளானால் அவனிடம் இல்லாதது எது? அத்தகையவளாக அமையாதபோது அவனுக்கு இருப்பது எது? அந்த நிலையில் எல்லாமிருந்தும் எதுவுமில்லாதவனாவான் (53) என்று மனைவிதான் உலகில் ஒருவனுக்கு வாய்க்கும் உச்ச நிலைப் பேறு என்று பெண்ணைப் போற்றியவன் உலகப் பேராசான் வள்ளுவன்.

மனைவி என்பவள் தசையாலும் எலும்பாலும் ஆன பெண்தானே! காமம் அவளுக்கு இயற்கையான உணர்வாகத்தானே இருக்க முடியும்! உடல் முறுக்கேறிய நிலையில் தன் அன்புக்குரிய வனிடம் மயங்குவதும், முயங்குவதும், முறுக்குத் தளரப் பெறுவதும் இயல்பாக நடக்கக் கூடியதுதானே! தான் தன்னை மறந்து தழுவிக் கிடக்கும் நேரத்தில் எப்படிச் செயல்பட வேண்டும் (scheming) என்பது இவளுடைய கட்டுப்பாட்டில் இருக்கும் ஒன்றல்லவே! இதில் அவள் தாசியைப்போல் எவ்வாறு நடக்க இயலும்? அன்புசாராக் காமத்துக்கு உரியவள் தாசி. மஞ்சத்தில் நடைபெறும் நாடகத்தில் தொழில்நுட்பங் களைப் (techniques) பயன்படுத்தி அவனை வீழ்த்துவது ஒன்றே குறியானவள் தாசிமட்டுமே.

அன்பே அடிநாதமாக, உயிர் தளிர்க்கத் தழுவும் மனைவியின் இன்பத்தைவிட உடல் மட்டும் சிலிர்க்கத் தழுவுகிற தாசியின் இன்பம் மேலானது என்று எவனாவது சொல்வானா? வட மொழிச் சுலோகம் சொல்கிறதாம்: 'சயனேஷு வேஸ்யா!'

வடமொழி வேதமொழி என்பதால் வடமொழியிலே சொல்லப் பட்ட எல்லாமே வேதத்துக்கு நிகர் என்று எண்ணி மனைவியை மஞ்சத்தில் வேசியாக மாறும்படி பரிந்துரைக்கிறார் கண்ண தாசன்! ஓர் அர்த்தமுள்ள இந்துவாக இருக்க ஒரு பெண் இவ்வள வும் செய்ய வேண்டியதிருப்பது கொடுமைதான்!

காஞ்சி சங்கராச்சாரியார் இந்த நூலைப் பாராட்டி சிறீமுக வடிவில் ஓர் அணிந்துரை எழுதியிருக்கிறார்; அதில் சடங்குக்கெல்லாம் கண்ணதாசன் அர்த்தம் கற்பித்தது குறித்துத்தான் பெரிதும் மகிழ் கிறார். ஆனால் அதற்குள் வெடி மருந்துபோல சில கருத்துக் களும் காணப்படுவதைக் கண்டுகொண்டதுபோல் தெரிய வில்லை. சோசலிசத்தைப்பற்றி எழுதுவதற்கும் இந்த நூலைப் பயன்படுத்திக்கொள்ளக் கண்ணதாசன் தவறவில்லை! அதுதான் இந்த நூலின் மாபெரும் சிறப்பு!

> ‘எப்போது ஏழை பணக்காரனாக வாய்ப்பிருக்கிறதோ அப் போதே அந்த வாய்ப்புகள் தடுக்கப்பட்டவன்தான் ஏழையாக இருக்கிறான் என்று அர்த்தம்’

தொகுதி 1: ப.130

வாய்ப்புகள் தடுக்கப்படுவதாலும், இடையறாத சுரண்டலுக்கு ஆளாவதாலும்தான், அவன் ஏழையாகவே இருக்க நேரிடுகிறது என்னும் இந்த மணியான விளக்கமும், இந்த நூலின் வாயிலாகப் பாமரனுக்குப் போய்ச்சேர்ந்துவிடுமே என்று சங்கராச்சாரியார் யோசித்தாரா என்று ‘சிறீமுகத்தில்’ தெரியவில்லை!

இந்த சமதருமக் கருத்தைத் தன்னுடைய கூற்று என்றும் கூறாமல், இதைக் காரல் மார்க்சிடமிருந்து தான் பெற்றதாகவும் கூறாமல், காஞ்சி ஆச்சாரியரிடமிருந்து பெற்றதாகக் கூறிக் கண்ணதாசன் திகைக்க வைக்கிறார். காஞ்சி ஆச்சாரியாரும் வழங்கியது தான்தானா என்று கூறாமல் சிறீமுகத்தை முடிப்பது ஒருவகையில் வழுக்கிக் கழிதலேயாகும்!

சமதருமம் என்ற தலைப்பிட்டே கண்ணதாசன் அந்த அத்தி யாயத்தை எழுதியிருப்பதால் சங்கராச்சாரியாரின் பார்வை யிலிருந்து அது தப்பியிருக்க முடியாது.

> ‘ஏழ்மை என்பது இறைவனால் நிச்சயிக்கப்பட்டது அல்ல என்று இந்து மதம் அறுதியிட்டுக் கூறுகிறது.

அந்தக் காலத்துக் கலை உபன்யாசகர்கள் இதுபற்றி என்ன சொன்னார்களோ எனக்குத் தெரியாது.

ஆனால் இந்தக் காலத்தில் இந்து மதத் தத்துவங்களை லௌகீக வாழ்க்கைக்கு உகந்த வகையில் விமர்சிக்கும் காஞ்சி ஆச்சார்ய சுவாமிகளே அதனைத் தெளிவுபடுத்தியிருக்கிறார்கள்.

தெளிவான சமதர்மமே இந்து மதத்தின் நோக்கம் என்பதை அவர்கள் தெளிவுபடுத்தியிருக்கிறார்கள்!'

தொகுதி 1 ப.131

வரலாற்றுக்கு எட்டாக் காலத்தில் தோன்றியது இந்து மதம் என்கிறார்கள்! சமதருமம் என்பது முதலாளித்துவ சமூகத்தில் தோன்றிய ஒரு எதிர்க் கோட்பாடு. அது முதலாளித்துவத்தின் எதிர்வினை!

இந்து மதத்தின் நோக்கம் சமதருமமே என்று சொல்லுவதற்கும், அதையும் சங்கராச்சாரியாரின் பேரில் சார்த்திச் சொல்லுவதற்கும் கண்ணதாசனுக்கு மிகுந்த நெஞ்சூக்கம் இருந்திருக்கவேண்டும்! கண்ணதாசன் தன்னையறியாமல் சங்கராச்சாரியாருக்கு 'ஆப்பு' அடித்துவிடும் இடம் இது!

அர்த்தமுள்ளவை அனைத்தும் இந்து மதத்தில் இருக்கின்றன வென்று சொல்லுவதே கண்ணதாசன் நோக்கம் என்பதால் சமதருமத்தையும் இந்து மதத்துக்குள் தேட நேரிட்டு விட்டது.

சங்கராச்சாரியாரின் பெயரிலேயே கண்ணதாசன் சமதருமத்தை இந்து மதத்தில் திணிக்க முயல்வதுபோல, இன்னொரு கட்டத்தில் கடவுளின் பெயராலும் சமதருமத்தை நிறுவ முயல்கிறார்;

'மூலத்தில் நான் வித்து; முளைப்பதற்கு நான் பொறுப்பு;
முளைப்பதெல்லாம் ஒரு கரமே அறுப்பதற்கு யார் பொறுப்பு?'

கவிதைத் தொகுதி III: பாடல் 36,
நாடாரை நாடினேன்

இந்தக் கருத்தை முதலாளிகளின் சுரண்டலுக்கெதிராக இறை வனே தன்னிடம் சொன்னதாகக் கண்ணதாசனே பாடுகிறார்.

அறிவு யுகத்தில் ஒன்றை அளவையியல் வழியில் நிலைநாட்டு வதில் ஆர்வம் கொள்ளாமல் கடவுள் மேல் ஏற்றி வைத்து நிலை நாட்டுவதில் அவருக்கு ஆர்வம் ஏற்பட்டதற்குக் காரணம், அதற்குக் காரணம் சொல்ல வேண்டிய தேவை இல்லை என்பதே!

கண்ணதாசன் கவிதைகளைத் திறனாய்வு செய்யும் அறிவார்ந்த கோ.கேசவன் ஆளும் வர்க்கத்துக்குச் சேவை செய்ய வந்தவர் தான் கண்ணதாசன் என்று கடுமையாகச் சாடுகிறார். ஆளும் வர்க்கம் என்றது முதலாளிகள், மடாதிபதிகளெல்லாம் அடங்கிய மேட்டுக் குடியினரை!

> ‘சோசலிசக் கருத்துக்களை இவர்கள் பொய்யான முறையில் சுவீகரித்து, தங்கள் உதடுகளால் உச்சாடனம் செய்ய வேண்டி யது வரலாற்று அவசியமாகப் போய்விட்டது.’

இயக்கமும் இலக்கியப் போக்குகளும்
கோ.கேசவன் - ப.67

கேசவனிடத்தில் கண்ணதாசனின் நேர்மையே ஐயத்துக்குள்ளா கிறது.

கண்ணதாசன் பிழையாக ஒன்றை நம்புவார்; ஆனால் பொய்யாக ஒன்றைச் சொல்ல மாட்டார். அது அவருடைய இயல்பில்லை!

கண்ணதாசனின் சோசலிச நம்பிக்கை அவர் பாட்டாளிகளிடம் கொண்ட பரிவை அடிப்படையாகக் கொண்டதே!

இல்லாவிடில் அந்தக் கருத்துக்கு வலுச்சேர்க்க சங்கராச்சாரி யாரையே மடியைப் பிடித்து இழுத்துக்கொள்ள எண்ணியிருப் பாரா?

இந்து மதத்தையும், அதன் தலைவராகத் தன்னையும் தூக்கி நிறுத்திக்கொள்ளப் புகழ்வாய்ந்த கண்ணதாசனைச் சங்கராச் சாரியார் பயன்படுத்திக்கொள்ளுவதுபோல, தன் நெஞ்சுக்குகந்த சோசலிசத்தைப் பழமைவாதிகளிடம் தூக்கி நிறுத்தச் சங்கராச் சாரியாரைப் பயன்படுத்திக் கொள்கிறார் கண்ணதாசன்; அது அந்த அளவில் நியாயந்தானே!

மற்றபடி இந்து மதம் எங்கே இருக்கிறது? இந்தியச் சமயங்களில் பொதுவான ஒட்டம் காணப்படுகிறது என்பதால் அவற்றில் ஒரு பொதுமை காண முடிவதில் பிழையே இல்லை என்றாலும்,

இந்து மதம் என்னும் 'அவியல் மதம்' பத்தொன்பதாம் நூற் றாண்டில்தானே பார்வைக்கே வந்தது.

கண்ணதாசன் பிறப்புவழியில் சைவ சித்தாந்தி; சங்கராச் சாரியாரோ வேதாந்தி!

சிவன், திருமால், கொற்றவை, முருகன் இவர்களெல்லாம் தமிழர்களால் தொல்பழங்காலந் தொட்டு வழிபடப்பட்ட தெய்வங்கள். ஆரியர்களோ தீயை வழிபட்டவர்கள்; உருவ வழிபாடு தமிழர்களுக்குரியது. அதுவும் அருவுருவான இலிங்கம் தான் தொடர்ந்து வழிபாட்டுக்குரியதாக விளங்கி வந்திருக்கிறது.

இலிங்கம் என்பது ஆவுடையுள் இலிங்கம்; பெண் குறிக்குள் ஆண்குறி; உலகில் தொல் பழங்காலத்து மூத்த இனங்களின் வழிபாட்டை ஆய்வு செய்தால் குறிவழிபாடே தொன்மை வழிபாடு என்று தெரிய வருவதாக அறிஞர்கள் கூறுவர்.

இதற்கிடையே மத்திய ஆசியாவில் இருந்து இந்தியாவுக்குள் ஆரியர்கள் நுழைகின்றனர். அவர்கள் அவ்வாறு நுழைவதற்கு முன்னரும் நுழைந்த பின்னரும் உருவாக்கிய நூல்தான் இருக்கு வேதம். நான்கு வேதங்களிலும் குறிப்பிடத்தக்க வேதம் இதுதான்.

அந்த இருக்குவேதம் திராவிடர்களை 'சிசுனவழிபாட்டினர்' என்று மிக மோசமாக நகையாடுகிறது. சிசுனம் - ஆண்குறி.

காலம் செல்லச் செல்ல தமிழர்களின் எளிய வழிபாட்டு முறைகள் சமயங்களாக உருக்கொண்டு நிறுவனப்படுத்தப்பட்டன. பௌத்தம், சமணம் ஆகிய நிறுவன வழிப்பட்ட சமயங்கள் ஏற் படுத்திய தாக்கம் இது! முந்திய காலங்களில் தெய்வ நம்பிக்கை நிறுவன வடிவில் இருந்ததில்லை. ஒரு குறிப்பிட்ட தெய்வ நம்பிக்கையினர் ஒரு கூட்டமாக ஒன்றுதிரள வேண்டிய தேவை இருப்பதாக அன்று அவர்கள் கருதவில்லை.

பக்தி இயக்கம் சைவ சமயமும் வைணவ சமயமும் ஒரு நிறுவனப் போக்கினைப் பெறுவதற்குக் கால்கோள் நாட்டியது.

பக்தி இயக்கம் என்னும் பெருவெள்ளம் அடித்துப் பாய்ந்த வேகத்தில் ஞானசம்பந்தர்போன்ற பார்ப்பனர்களே அந்தச் சுழலில் சிக்கி இழுத்துச் செல்லப்பட்டனர். நிறுவனப்பட்ட சைவத்தை ஊன்றிய தூண்களில் ஞானசம்பந்தர் ஒருவரானார்!

இது ஆரியர்களிடம் ஒருவகைப் பீதியை ஏற்படுத்தியது. தஞ்ச மின்றித் தவித்தனர்; வேதம் தேடுவாரற்ற நிலைக்குப் போய் விடுமோ என்று கலங்கினர். அறிவு இனம் என்று பறைசாற்றிக் கொண்ட ஓரினம், உயரறிவின் வெளிப்பாடான மெய்யியல் நிலையில், இந்தக் கருப்பன்களைப் பின்பற்ற நேரிட்டு விட்டது என்பது தாங்க முடியாத அவமானத்தை உண்டாக்கி விட்டது. இதுதான் ஒன்பதாம் நூற்றாண்டுவரை ஆரியர்களின் நிலை.

இந்தச் சமயத்தில் வேதத்தின் பெருமையை நிலைநிறுத்தவும், பார்ப்பனர்களுக்குத் தனித்தன்மை வாய்ந்த சமயத்தை நிறுவித் தரவும் அப்போதைய தமிழ்நாட்டின் ஒரு பகுதியாகிய காலடியில் பிறந்த ஆதிசங்கரர் முன்வந்தார்.

அவரைக் 'கரந்துறையும் பௌத்தர்' (Crypto Buddhist) என்பர் மெய்யியல் ஆய்வாளர்கள். மகாயான பௌத்தத்தின் கிளை வழித் தத்துவங்களான சூனியவாதம் போன்றவற்றில் தாக்குண்டு, 'ஒன்றுமேயில்லை' என்று மகாயான பௌத்தம் சொன்னதைக் கொஞ்சம் மாற்றி, 'ஒன்று மட்டுமே உண்டு' என்று சொன்னவர் ஆதிசங்கரர். பிரம்மம் மட்டுமே உண்மை; மற்ற அனைத்தும் தோற்றங்களே என்பது அவருடைய கோட்பாடு.

ஆதிசங்கரர் பிரம்மசூத்திரம் என்னும் நூலுக்கு எழுதிய உரைதான் வேதாந்தம் என்னும் புதிய மதம் தோன்றுவதற்குக் காரண மானது. நேரடியாக முன்னோர் வழிபாடு, இலிங்க வழிபாடு, முருக வழிபாடு என்று எளிமைப்பட்டிருந்த திராவிடர்களுக்கு வேதாந்தம் விளங்காத ஒரு புதிராக இருந்தது. அவர்கள் அதை 'வறட்டு வேதாந்தம்' என்று தள்ளிவிட்டனர்.

மேலும் அது தமிழர்களின் பக்தி இயக்க வெள்ளப் போக்கி லிருந்து ஆரியத்தை மீட்பதற்காகக் கண்டறியப்பட்ட தத்துவம் என்பதால் தமிழர்களின் கவனம் அதை நோக்கித் திரும்பு வதற்கான தேவை ஏற்படவில்லை!

ஆகவே அது 'ஸ்மார்த்த பிராமணர்களின்' தனி மதமானது; அவர்கள் ஆதிசங்கரரால் தாங்கள் உயர்ந்ததாகவும், தங்களின் அடையாளம் காப்பாற்றப்பட்டதாகவும் பெருங்களிப்புற்றனர். நியாயந்தானே! இல்லாவிட்டால் திராவிட சமயம் அவர்களை முற்றாக விழுங்கி இருக்கும்!

ஆதிசங்கரர் பௌத்தத்தைப் பின்பற்றி இந்தியாவின் நான்கு மூலையிலும் வேதாந்தத்தைப் பரப்ப மடங்கள் நிறுவியமை யால், பின்னால் வந்த விவேகானந்தர் போன்றவர்கள் வேதாந் தமே இந்துமதம் என்று பிழையாகப் புரிந்துகொண்டு மறு ஒலிபரப்புச் செய்யவும் தலைப்பட்டு விட்டனர்!

தமிழர்களின் சமயத்தை ஓர் ஆரியன் பின்பற்றியது குறித்த எரிச்சலில்தான் ஞானசம்பந்தரை 'திராவிட சிசு' என்று பழித்துச் சாதிக்கழிவு செய்து விடுகிறார் ஆதிசங்கரர். தடம் மாறிய காரணத்தால் ஞானசம்பந்தர் இனம் மாற்றப்பட்டார்!

ஞானசம்பந்தர் என்னும் பார்ப்பனரின் பெயரை அவர் தமிழ்ச் சமயத்தில் கொண்ட ஈடுபாட்டுக்காகவும், அதற்கு அவர் ஆற்றிய பணிக்காகவும், தமிழர்கள்தாம் தங்கள் பிள்ளைகளுக்கு இட்டு வழங்கி வருகின்றனர். ஆனால் ஒரு பார்ப்பனர் வீட்டில்கூட அந்தப் பெயரைக் கேட்க முடியாது. அவர்களைப் பொறுத்த வரையில் ஞானசம்பந்தர் ஒரு துரோகி.

ஆனால் காலம் செய்த கோலத்தைப் பாருங்கள்! எல்லா 'ஸ்மார்த்த பிராமணர்களும்' வேதாந்தத்தைத் தங்கள் அடை யாளமாக வைத்துக்கொண்டு, காலப்போக்கில் தமிழர்களின் வழிபாட்டு முறைகளால் ஈர்க்கப்பட்டு அவற்றிலேயே சங்கம மாகி விட்டனர்!

எந்த இலிங்கத்தை 'ஆண்குறி' என்று வேதம் பழித்ததோ அந்த ஆண்குறிக்குப் பூப்போட்டு ஆறுகாலப் பூசை செய்வதையும், அதைக் குளிப்பாட்டுவதையும் ஆரியர்கள் தங்கள் வாழ்க்கைக் கடமைகளாகக் கொண்டு விட்டனர். இது தமிழ்ச் சமயத்தின் வெற்றிதானே! எனினும் வெற்றி பெற்றதை அறியத் தெரியாத பேதைத் தமிழன் தோல்வியுற்றவன்போல் நடந்துகொள்கிறான்.

மொத்தத்தில் ஆரியர்கள் பூசாரி வர்க்கமாக முன்கை எடுத்து விட்டதாலும், தமிழைக் கருவறைக்குள்ளிருந்து பிடரியைப் பிடித்துத் தள்ளிவிட்டதாலும் தமிழர்களின் சமயம் அவர்களின் கட்டுப்பாட்டுக்குள் போய்விட்டது. தமிழ் தாழ்ந்து போகும் போது தமிழனும் தாழ்ந்து போவது இயற்கைதானே!

இவ்வளவு கேடுபாடுகளுக்குப் பிறகும் கண்ணதாசன் தான் வாழும் காலத்தின் வேட்கையைக்கூட உணர்ந்துகொள்ளாமல் சங்கராச்சாரியாருக்குச் சேவகம் செய்ய எழுதிய நூல்தான்

அர்த்தமுள்ள இந்துமதம். தமிழுக்கோ, தமிழனுக்கோ பயன் படாத நூலை எத்தனை தொகுதிகளாக விரித்து விரித்து எழுதினாலும் என்ன பயன்?

நல்ல சில விளக்கங்கள் ஆங்காங்கே தென்பட்டாலும் பெரும் பாலும் தொட்ட இடமெல்லாம் ஆகாதது போகாததை எல்லாம் ஆகா ஓகோ என்று புகழ்ந்து நிறுவ முற்படுவதுதான் அந்த நூலின் போக்காகத் தெரிகிறது. மெய்யியல் பார்வை (philosophical outlook) என்பது வேறு; மூட நம்பிக்கைகள் என்பவை வேறு. மெய்யியல் பார்வை சமூக ஒழுகலாற்றை அடிப்படையாகக் கொண்டது; மூட நம்பிக்கை பூசாரி வர்க்கம் வயிறு வளர்ப்பதை அடிப்படையாகக் கொண்டது.

இவை எல்லாவற்றுக்கும் மகுடம் சூட்டுவதுபோல இன்னொரு அத்தியாயமும் கண்ணதாசன் எழுதியிருக்கிறார். அதற்குத் தலைப்பே 'வள்ளுவர் ஒரு இந்து' என்பது! இது இரண்டாம் தொகுதியில் காணப்படுகிறது.

வள்ளுவனை இந்து என்று சொன்ன முதல் ஆள் கண்ணதாசனே!

வள்ளுவன் சமணனாக இருக்கக் கூடும் என்று கருதும் ஆய் வாளர்கள் உண்டு. பௌத்தத்தின் தாக்கம் திருக்குறளில் மிகுதி என்று கருதும் ஆய்வாளர்களும் உண்டு.

கி.பி. ஐந்தாம் நூற்றாண்டுக்குப் பிறகு உருவான சைவசித்தாந்தத் தில், ஏசு காலத்து வள்ளுவனை ஆய்வுவழியாக அல்லாமல் ஆசைவழியாகச் சேர்த்துப் பார்ப்பவர்களும் உண்டு.

ஆனால் பத்தொன்பதாம் நூற்றாண்டில் முதன்முதலாக இந்திய மதங்களையெல்லாம் ஒன்று சேர்த்து வழங்கத் தலைப்பட்ட ஒரு 'தொகுப்பு மதமான' இந்து மதத்தில் கண்ணதாசன் வள்ளுவனைச் சேர்த்த கொடுமையை எண்ணும்போது எண்ணும் போதெல் லாம் அடிவயிற்றை முறுக்குகிறது; ஓர் உமட்டல் உணர்ச்சி ஏற்படுகிறது.

புலவர் குழந்தை என்று ஒரு திராவிடர் கழகத்துக்காரர் இருந்தார். பொழுதைப்போக்க என்ன செய்வது என்று புரியாதபோது, அவர் திருக்குறளுக்கு ஓர் உரை எழுதினார். கடவுள், உயிர் குறித்த கொள்கைகளெல்லாம் வள்ளுவனுக்குக் கிடையாது என்று கொஞ்சங்கூடக் கூசாமல் அந்த உரையில் எழுதினார்.

வள்ளுவனின் கொள்கைகள் பிழையானவை; ஈ.வே.ரா. பெரியாரே வள்ளுவனினும் மேலானவர் என்று எழுதலாம்; அது புலவர் குழந்தையின் பார்வை என்று கொள்ளப்படும்!

அதை விட்டுவிட்டு வள்ளுவனுக்குக் கறுப்புச் சட்டை மாட்டித் திராவிடர் கழகத்தின் கௌரவ உறுப்பினராகச் சேர்க்க முயல்வது தன்மானமற்றவரின் செயலாகக் கொள்ளப்படாதா?

அதே பிழையைத்தானே கண்ணதாசன் செய்கிறார்!

'ஆதிசங்கரரும் இந்து; நானும் ஓர் இந்து' என்று கண்ணதாசன் எழுதியிருந்தால் யாரும் பிழையாகக் கருத மாட்டார்கள்! அப்படிக் கருதிக்கொள்ளக் கண்ணதாசனுக்கு உரிமை உண்டு என்றுதான் எண்ணுவார்கள்.

அப்படிச் செய்வதை விட்டுவிட்டு வள்ளுவனை ஓர் இந்துவாக்க முயல்வது என்ன நியாயம்?

வள்ளுவர் ஒரு நாத்திகர் என்பதற்கு இணையான இன்னொரு குளறுபடி வள்ளுவர் ஓர் இந்து என்பது!

குளறுபடிகளுக்கெல்லாம் ஓர் அளவே கிடையாதா?

12

வறுமையே வெளியே போ: சங்கரர் உத்தரவு!

கண்ணதாசன் தோன்றியதையெல்லாம் எழுதுவார் என்பதற்கு 'பொன்மழை' ஒரு சான்று.

காலடியில் தோன்றிய ஆதிசங்கரர் பிச்சைக்குப் போனார். அவர் புத்தரையும், மகாவீரரையும்போல கண்ணுக்குத் தென்பட்ட வீடு எதுவாயினும் அங்கே பிச்சை கேட்கக் கூடியவரில்லையே! அதை உறுதிப் படுத்தும் வண்ணம் அவர் ஒரு பிராமணன் வீட்டு வாசலில்தான் பிச்சைக்கு நின்றதாக அந்த நூலின் முன்னுரையில் கண்ணதாசன் குறிப்பிடுகிறார்.

அந்தப் பிராமணன் ஏழை; அந்த வீட்டின் கடைசி யாக மிச்சமிருந்த நெல்லிக்காய் ஊறுகாய் பிச்சை யாகப் போடப்படுகிறது.

இருந்த நெல்லிக்காய் ஊறுகாயையும் எடுத்துக் கொடுத்துவிட்ட அந்தக் குடும்பத்தின்மீது பரிவு கொண்டு திருமகளை நினைத்துப் பாடுகிறார் ஆதிசங்கரர்.

வானத்தில் இருந்து தங்க நெல்லிக்கனிகள் அந்த வீட்டின்மீது உதிர்ந்தனவாம். இதைப் பார்த்த அந்த ஏழைப் பிராமணர், 'ஐயோ...! நெல்லிக்காய் ஊறு காய்க்குப் பதிலாக மாங்காய் ஊறுகாய் போட்டு வைக்காமல் போய்விட்டோமே' என்று மனத்துக் குள் வருந்தினாரா என்பது கதையில் பதிவாக வில்லை!

கண்ணதாசன் எழுதிய முன்னுரையில் இந்தத் தங்க நெல்லிக்கனி கதை சொல்லப்பட்டிருக்கிறது.

இந்தக் கதை அவர் கேட்டறிந்த கதை. கேட்ட கதையைக் கேட்ட வாறே எழுதுவதுதான் முறை. அதனால் இந்தக் கதை நம்பத்தக்க தில்லை என்றால், அதில் கண்ணதாசனுக்குப் பொறுப்பில்லை என்று விட்டுவிடலாம்.

ஆனால் கண்ணதாசனோ அந்தக் கதை நம்பப்படவேண்டும் என்று சாலவும் விரும்புகிறார்; இல்லையென்றால் ஆதிசங்கர ருக்குக் குறைவு வந்துவிடுமே என்று கவலை கொள்கிறார்.

ஆகவே இந்தக் கதையைப் படித்தாலோ, கனகதாரா தோத்திரங் களைச் சொன்னாலோ மிகுந்த பயனைப் பெறலாம் என்னும் நம்பிக்கையைத் தன் பங்குக்கு வளர்க்க நினைக்கிறார். இவ்வளவு காலமாகச் சமக்கிருதம் தெரியாத தமிழர்கள் இதன் பயனை அடைய முடியாமல் போய்விட்டதே என்று பரிவு கொண்டு ஆதிசங்கரர் பாடிவிட்டுப் போய் ஆயிரம் ஆண்டுகள் கழித்துக் கண்ணதாசன் இதைத் தமிழில் பாடி 'உபகரித்திருக்கிறார்.'

'இந்த ஸ்தோத்திரங்களைத் தொடர்ந்து பாடினால் எந்த வீடும் செல்வச் செழிப்போடு விளங்கும்.

இந்த நூலை எழுதிய பிறகு எனக்கே பணக்கஷ்டம் குறைந்து விட்டது.

மகாலட்சுமி ஸ்தோத்திரம் தமிழில் மிகவும் குறைவு.

வறுமை நீங்குவதற்கு இதனைப் பாடலாம்.

பொன் மழை பெய்யாவிட்டாலும் பசி இருக்காது'

பொன்மழை, முன்னுரை.

இவை எல்லாம் கண்ணதாசன் விழுந்து விழுந்து செய்யும் பரிந்துரைகள்!

கந்தர் சட்டி கவசம், அபிராமி அந்தாதி போல ஒரு குறிப்பிட்ட பலனைக் கருதிப் படிக்கின்ற நூல் வரிசையில் கனகதாரா தோத்திரத்தையும் சேர்த்து மகிழ்கிறார்.

கண்ணதாசன் சொல்வதுபோல் இதைப் படித்தால் வறுமை நீங்கிவிடும் என்றால் இந்த நூலைத் தேசியத் தோத்திர நூலாக்கி,

இதைப் படிப்பது ஒவ்வொரு குடிமகனுக்கும் தேசியக் கடமை என்று அறிவித்துக் கட்டாயச் சட்டம் போட்டுவிடலாம். இதை விடச் சிறந்த வறுமை ஒழிப்புத் திட்டத்தை ஆடம் சுமித்தோ, காரல் மார்க்சோ, கின்சியோ யாரும் அறிந்திருக்கவில்லையே!

'வறுமையே வெளியே போ' (Quit Poverty) என்று 1971 தேர்தலில் இந்திராகாந்தி முழக்கமிட்டார்! மக்களும் வாக்களித்தால் போதும்; வறுமை நீங்கிவிடும் என்றுதான் எண்ணினார்கள். ஆனால் வறுமை 'சர்க்கார் உத்தரவுகளுக்குக்' கட்டுப்படுவ தில்லை போலும்! அது வெளியேற மறுத்து விட்டது! அப்போது ஆதிசங்கரர் இந்திராகாந்தியின் நினைவுக்கு வராதது இந்தியா வின் தவக்குறைவுதான்1

இப்போது கண்ணதாசன் கனகதாரா தோத்திரத்தின்மூலம் அதே முயற்சியைக் கையிலெடுத்திருக்கிறார்.

ஆங்கிலத்தில் ஒரு கதை உண்டு. மைதாசு என்றொரு மன்னனிருந் தான். தொட்டதெல்லாம் தங்கமாகவேண்டும் என்று வரம் கேட்டான்; கிடைத்தது; ஒவ்வொன்றாகத் தொட்டான். எல்லாம் தங்கமாயின. எல்லையில்லாமல் மகிழ்ந்தான்; ஒருநாள் தன்னை அறியாமல் பாசம் பொங்க மகளை அணைத்து விட்டான்; மகளும் தங்கச் சிலையாகி விட்டாள்!

எந்த நாடுதான் தங்கத்தின்மேல் மோகம் கொள்ளாத நாடு?

உலோகங்களிலேயே தங்கம்தான் விலை மதிப்புடையது. மெல்லிய கம்பியாக நீட்ட வல்லது; துருப்பிடிக்காதது; அழகிய நிறமுடையது; எல்லாவற்றையும்விடக் கிடைப்பருமை உடை யது. இரும்பைப்போலத் தோண்டத் தோண்டக் கிடைக்காதது!

செல்வத்தைப் பிரதிநிதித்துவப்படுத்த உள்நாட்டில் அச்சிட்ட தாளும், வெளிநாடுகளில் தங்கமும் பயன்படுத்தப்படுகின்றன. எனினும் இவை உண்மையான மதிப்புடையவையல்ல; பிரதி நிதித்துவ (representative) மதிப்புடையவை; அவ்வளவே!

கனகதாரா தோத்திரத்தை ஒவ்வொருவரும் பாடி எல்லோருடைய வீட்டிலும் தங்க மழை பொழிந்தால் நாடு வளமடைந்து விடுமா? வறுமைதான் அடையும்! செல்வம் என்பது பிரதிநிதித்துவப் பணம் அல்ல; உற்பத்திப் பண்டங்கள்!

சான் ரசுகின் ஒருமுறை எழுதினார்: 'உங்களிடம் பத்து ரூபாய் இருக்கவேண்டும்; அதே நேரத்தில் உங்கள் பக்கத்திலிருக் கிறவன் பை காலியாக இருக்கவேண்டும். அப்போதுதான் உங்கள் ஏவலைச் செய்ய அவன் முன்வருவான்.'

ஆகவே செல்வம் என்பது ஒரு சிலரிடம் இருப்பதாகவும், இருக்கவேண்டும்; அது பலரிடம் இல்லாமல் இருக்கும்படியும் பார்த்துக்கொள்ளவேண்டும்; அப்போதுதான் செல்வத்தின் பயனை அந்த ஒரு சிலர் அடையமுடியும். இதுதானே முதலாளித் துவ சமூகத்தின் ஏற்பாடு!

'மந்திரம் உரைத்தாற் போதும்
    மலரடி தொழுதாற் போதும்
மாந்தருக் கருள்வேன் என்று
    மலர்மகள் நினைத்தால் போதும்
இந்திரப் பதவி கூடும்;
    இகத்திலும் பரங்கொண் டோடும்
இணையறு செல்வம் கோடி
    இல்லத்தின் நடுவில் சேரும்!'

பொன்மழை : 3

கோடிக்குக் குறைந்து யாரும் விரும்புவதில்லை; அதற்குக் குறைவாகத்தான் கிடைக்கும் என்று பாட்டெழுதினால் யாரும் அந்தப் பாட்டைப் படிக்க மாட்டார்கள்; அதனால் இந்திரப் பதவி உட்பட எல்லாமே கிடைக்கும் என்று ஆதிசங்கரர் பாடித் தள்ளு கிறார்போலும்!

ஆதிசங்கரர் இந்தியப் பண்பாட்டின்மீது தாக்கம் செலுத்திய தலை யாய வெகு சிலரில் ஒருவர். இளம் வயதுக்குள் கடலளவு அறிவை அடைந்து அதை இந்தியாவின் நான்கு திக்குகளுக்கும் சென்று பரப்பியதோடு, புத்தரைப் பின்பற்றித் தனக்குப் பின்னால் இவற்றைப் பரப்புவதற்கு நான்கு மடங்களையும் நிறுவிவிட்டுப் போனவர்!

ஆதிசங்கரர் எழுதிய நூல்கள் பல; பகவத் கீதைக்கும் உரை எழுதி யிருக்கிறார்; பசகோவிந்தமும் பாடியிருக்கிறார்; கனகதாரா தோத்திரமும் எழுதியிருக்கிறார்.

தன்னுடைய அளப்பரிய அறிவால் இணை சொல்ல முடியாதவ ராகத் திகழ்ந்த இராசாசியைப் பசகோவிந்தம் கவர்ந்தது; கண்ண தாசனைக் கனகதாரா தோத்திரம் கவர்ந்தது.

இராசாசி ஒரு முனிவர்; கண்ணதாசன் உலகியல் வாழ்விலே ஊறித் திளைத்தவர்!

வசதியும், வாய்ப்பும், அவற்றினால் பெறும் நுகர்ச்சியும், பலரின் பார்வையைத் தன் பக்கம் ஈர்ப்பதற்கான சாதனைப் பட்டியலும், அவற்றின் விளைவாய மகிழ்ச்சியும், எளிய மக்களிடையே அடைகின்ற பெருமையும் கண்ணதாசனின் தேடல்கள்!

இந்த எளிய மக்களிடம் அடைகின்ற பெருமை அல்லது சிறுமை என்னும் அளவுகோலையெல்லாம் தாண்டி, நிலைத்த உண்மை குறித்த தேடல் இராசாசியின் இலக்கு!

ஆகவே அவரவர் பார்வைக்கு ஏற்ப அவரவர் மொழிபெயர்க்க எடுத்துக் கொண்ட நூல்களின் தன்மைகளும் அமைந்துள்ளன.

ஆனால் ஆதிசங்கரர் இருவரின் நிலை வேறுபாடுகளுக்கும்தக இருவேறு நூல்கள் எழுதியுள்ளாரே என்னும் இக்கட்டான கேள்விக்குப் பிறகு வரலாம்!

ஆதிசங்கரரின் பசகோவிந்தக் கருத்துக்கள் தொல்பழங்காலந் தொட்டே தமிழனால் அறியப்பட்டிருந்தவைதான் என்பதோடு, பின்னால் வந்த பதினெண் கீழ்க்கணக்கு நூல்களின் சாரத்தைத் தான், அதற்கும் பின்னால் வந்த ஆதிசங்கரர் எதிரொலிக்கிறார் எனினும், எந்தச் சிறந்த கருத்தும் எத்தனை முறை சொல்லப் பட்டாலும் நலமே பயக்கும் என்னும் அடிப்படையில் இராசாசி பசகோவிந்தத்தைத் தமிழுக்குக் கொண்டு வருகிறார்.

பசகோவிந்தம் பாடிய ஆதிசங்கரர் எப்படிக் கனகதாரா தோத்திர மும் பாட முடிந்தது என்பது விடை காணமுடியாத முடிச்சுதான்!

ஆதிசங்கரரைத் தமிழ்ப்படுத்துகிறார் இராசாசி:

> 'மனைவி இருக்கிறாள்; அவளுடைய ஆன்மாவுக்கும் எனக்கும் என்ன சம்பந்தம்?
>
> இந்த ஜன்மத்தில் மனைவி என்று கருதும் உயிருக்கும் எனக்கும் முன் அல்லது பின் ஜன்மத்தில் என்ன சம்பந்தம்?

ஒரு ஜன்மத்தில் ஏற்பட்ட நிலையில்லாத ஒரு சம்பந்தத்தைப் பற்றி ஏன் விசாரம்?

முடிவில்லாத கால அளவில் ஒரு உயிரின் காலம் எம்மாத்திரம்?

பணத்தின் நிலை என்ன? அது ஒரு உயிரற்ற பொருள். உடலை விட்டு வெளியேறிய உனக்கும் அதற்கும் என்ன சம்பந்தம்?'

பசகோவிந்தம் / இராசாசி / ப.23

பசகோவிந்தத்துக்கு மோக முத்கரம் அஃதாவது மோகத்தை உடைக்கும் சம்மட்டி என்று பெயராம்!

மோகத்தை உடைப்பதற்கு நூல் எழுதிய ஆதிசங்கரரே மோகத்தை மூட்டுவதற்கும் ஏன் நூல் எழுதினார் என்பது 'பகவத் பாதாளுக்கே' வெளிச்சம்!

சரி; கதைக்கு வரலாம்!

ஆதிசங்கரருக்கு உதவியதால் அவருடைய பரிந்துரையின்படி தங்க மழை பொழிந்ததா?

அல்லது வழங்குவதற்கு ஏதுமில்லாத நிலையில் இருந்த நெல்லிக்காயையும் வழங்கியதால் தங்க மழை பொழிந்ததா?

பின்னால் சொன்ன கருத்து உயரிய சமூக ஒழுக்கம்; பகிர்ந்து உண்ணலின் பயனைச் சுட்டிச் சொல்வது!

'பகுத்துண்டு பல்லுயிர் ஓம்புதல் நூலோர்
தொகுத்தவற்றுள் எல்லாம் தலை'

(322)

என்பான் தெய்வப் புலமைத் திருவள்ளுவன்.

ஏழைப் பிராமணனின் பகிர்ந்துண்ணும் பண்பைப் பாராட்டிப் பயனளிக்க ஆதிசங்கரரின் பரிந்துரை இல்லாமலேயே மகா லட்சுமி தோன்றியிருக்கவேண்டும்!

இல்லாத நிலையிலும் பகிர்ந்துண்ணும் பண்பு ஒருவனிடம் இருக்குமானால் அவன் வீட்டில் தங்க மழையைப் பொழிவிக்க மகாலட்சுமி கடமைப்பட்டிருக்கிறாள் என்று சொல்லியிருக்க வேண்டும்!

அது சமூகத்தில் ஓர் உயர் பண்பு வளரத் தோற்றுவாய் செய்யும்.

அப்படிச் சொல்லுவதை விட்டுவிட்டு,

'இந்தத் தோத்திரங்களைத் தொடர்ந்து பாடினால் எந்த வீடும் செல்வச் செழிப்போடு விளங்கும்.'

என்று கண்ணதாசன் எழுதுவது எந்த வகையில் சமூக நோக்க முடையது?

'இந்த நூலை எழுதிய பிறகு எனக்கு பணக்கஷ்டம் குறைந்து விட்டது' என்றெல்லாம் கண்ணதாசன் எழுதுவது ஆக்கப்பூர்வ மான எழுத்து ஆகாது.

கண்ணதாசன் ஒருபுறமிருக்கட்டும்!

பகிர்ந்துண்டால் பயன் கிடைக்கும் என்று பயனை நிபந்தனைப் படுத்துவதற்குப் பதிலாக, ஆதிசங்கரரும் இப்பாடல்களைப் பாடி வழிபடுவோருக்குச் செல்வங்கள் சேரும் என்று தன் னுடைய இறுதிப் பாடலில் கூறுகிறார் என்பதை அறியும்போது திகைப்பேற்படுகிறது.

'இப்பொழு துரைத்த பாடல்
எவரெங்கு பாடினாலும்
இப்புவி உளநாள் மட்டும்
இன்பமும் அறிவும் சேரும்
நற்பேரும் பேறும் கிட்டும்
நன்னிலை வளரும்; என்றும்
நாட்டுக்கே ஒருவராக
நாளவர் உயர்வார் உண்மை!'

பொன்மழை : 21

இது ஆதிசங்கரரின் கடைசித் தோத்திரத்தின் மொழிபெயர்ப்பு! ஆதிசங்கரரின் கருத்து; கண்ணதாசனின் தமிழ்!

வழிபாடு தேவையில்லாத கோட்பாட்டை நிறுவி, பிரும்மம் வெளியில் இல்லை; நீதான் பிரும்மம்; 'தத்துவமசி' என்று சொல்லி அறிவுமட்டத்தில் ஒரு மதத்தை நிறுவியவர். பிரும்மத் துக்கு அயலாகி வேறுபட்டு நின்று செல்வத்தை யாசித்துப் பாடச்

சொல்கிறார் என்றால், இவ்வளவு பெரிய குழப்பத்தில், பாவம், கண்ணதாசனெல்லாம் என்ன செய்ய முடியும்!

அத்வைதம் சொல்கிறது:

பிரும்மம் மட்டுமே என்றும் உள்பொருள்; அது 'சத்' எனப்படும். ஒரு காலத்திலும் இல்லாத முயற்கொம்பு போன்றவை 'அசத்' எனப்படும். இவையிரண்டுக்குமிடையே உலகம் இன்னொரு பிரிவாக உள்ளது. உலகம் பிரும்மத்தைப்போல உள்பொருளு மல்ல; முயற்கொம்புபோல இல்பொருளுமல்ல.

ஒரு பொருள் இருக்கிறது என்றாலும் புரியும்; இல்லை என் றாலும் புரியும்.

ஆனால் உலகம் இருப்பதுமில்லை; இல்லாததுமில்லை என்றால் தலை சுற்றுகிறது.

இறைவன் யாராலும் நேரில் கண்டறியப்பட்டவனில்லை; உய்த் தறியப் படுகின்றவனே! காணப்பட்ட உலகைக் கொண்டு அதை வனைந்த குயவன் ஒருவன் உளன் என்னும் உண்மை உய்த் தறியப்படுகிறது. இது தமிழ்ச் சமயத்தில் இறைமையை ஆய்ந் தறியும் முறை!

தமிழரின் சமயம் உலகை உள்பொருள் என உடன்படுகின்றது.

காணப்படுகின்ற உலகம்தான் காணப்படாத இறைவனைக் கண்டறிவதற்கான மூலம்!

ஆனால் ஆதிசங்கரரின் அத்வைதம் தலைகீழானது!

காணப்படாத பிரும்மம் மட்டுமே உள்பொருள்; காணப்படு கின்ற உலகம் இல்பொருள்!

கண்ணில் காணும் உலகம் எப்படிப் பொய்யானது? 'கண்ணுக்குத் தெரிவதெல்லாம் உண்மையாகி விடுமா?' இது கௌடபாதரின் எதிர்க் கேள்வி!

கனவு நிலையில் நனவு பொய்; நனவு நிலையில் கனவு பொய்! ஆக இரண்டுமே பொய் என்கிறார் ஆதிசங்கரரின் ஆசான் கௌடபாதர்.

அதனால் உலகம் என்பது ஒரு பொய்யே; அது வெறும் தோற்றமே என்கிறார் சீடர் ஆதிசங்கரர்.

உலகமே பொய்யென்றால் தங்க நெல்லிக்காய்மட்டும் உண்மையா? பொய்யான உலகத்தில் பொய்யான தங்கத்தைப் பெறுவதற்கு எதற்கு ஒரு தோத்திர நூல்?

அதற்கு அத்வைதிகள் சொல்கிறார்கள்:

இந்த உலகம் பொய்யென்றாலும் பரமார்த்திக நிலையான பிரம்மநிலை எனப்படும் உண்மை நிலையை அடையும்வரை பொய்யென்று சொல்லப்படுகின்ற உலகமும் வியாவகாரிக நிலையில் உண்மையாகும் என்கின்றனர்.

வழிபாட்டு நிலையை முழுத் தாண்டாகத் தாண்டி விடுவதற்கு முயன்று, 'நீயே பிரும்மம்' என்று கருத்துரைத்த ஆதிசங்கரர், உலகம் ஒரு பொய் என்று சொன்ன அந்தக் கருத்தில் நிலை கொள்ள முடியாமல், வியாவகாரிக நிலையில் அது இடைப் பட்ட உண்மை என்று வழுக்க நேரிட்டதால், கனகதாரா தோத்தி ரங்களும் தங்க நெல்லிக்கனிகளும் தேவையாகி விட்டன.

தமிழ்ச் சமயம் கண்ட பக்தி இயக்கத்தை (Bakthi cult) மறுதலித்துத் துணிந்து ஒரு புதிய மெய்யியல் பள்ளியை நிறுவிய ஆதிசங்கரர், அறிவு நிலையிலேயே அதை நிறுத்தி வைத்தார். 'கொள்வார் யாரும் இராரோ' என்னும் அச்சத்தில் சிறிது சரிய, அது பெருஞ்சரி வில் முடிந்து விட்டது!

நோக்கம் மாறிவிட்டது! கி.பி. ஆறாம் நூற்றாண்டில் இருந்து நான்கு நூற்றாண்டுகள் தமிழ்நாட்டில் அடித்துப் புரட்டிக் கொண்டு ஓடிய பக்தி இயக்கப் பெருவெள்ளத்தில் நனைந்து விடாமல் பிராமண மதத்தைக் காப்பதற்கு ஆதிசங்கரர் எடுத்த முயற்சி வெற்றி பெறவில்லை என்றே தோன்றுகிறது.

கடைசியில் பேரறிஞரான ஆதிசங்கரர் கனகதாரா தோத்திரம் பாட வேண்டிய நிலைக்கு வந்ததோடன்றி, இதைப் படித்தால் செல்வம் பெருகும் என்று சொல்ல வேண்டிய நிலைக்கும் இறங்க வேண்டியதாகி விட்டது.

'இது உண்மைதான்! நானே சோதித்துப் பார்த்து விட்டேன்' என்று சரக்கின் தரம்பற்றி நம்முடைய கண்ணதாசன் வேறு சான்றிதழ் கொடுத்து விட்டார்.

அரிய நிலைக்கு மக்களைப் பக்குவப்படுத்தத்தான் புதிய நூல்கள் வேண்டும்.

ஏற்கெனவே எளியராக இருப்போரை மேலும் எளியராக்க எதற்குப் புது நூல்? இதை மொழிவிட்டு மொழி கொண்டு வர வேண்டிய கட்டாயம் என்ன?

சங்கரமடத்துக்குக் கண்ணதாசன் செய்த நேரடிச் சேவை இது!

13

ஒரு பாவலன் இறந்து பார்க்கிறான்!

எல்லாப் பாவலர்களும் முதற்பாடலை அடை
யாளம் காட்டி விடுவர். அதுபோல் கடைசிப்
பாடலை அடையாளம் காட்டுவது இயலக் கூடிய
தில்லை.

அதற்குக் காரணம் கடைசி நாள் கடைசிப் பொழுது
இவையெல்லாம் மாந்தனின் கட்டுப்பாட்டி
லில்லை. 'இன்றைக்கு இராப்பொழுது தாங்காது;
தூக்கிக்கொண்டு போய் விடுங்கள்; எல்லாருக்கும்
சொல்லி அனுப்பி விடுங்கள்' என்று தலைநகரத்
திலேயே தேர்ந்த மருத்துவர் சொன்னதை நம்பி,
மூச்சுப் பேச்சில்லாமல் கிடக்கும் முதியவரை
வீட்டுக்குத் தூக்கி வந்து, பிள்ளைகளெல்லாம் அவர்
வாயில் பால் ஊற்றிய கையோடு, உற்றார்க்
கெல்லாம் இரவோடிரவாகச் சொல்லி அனுப்ப,
அவர்களும் கிடைத்த வண்டியைப் பிடித்துக்
கொண்டு விழுந்தடித்து ஓடி வந்து உள்ளே நுழைந்
தால் வாய் கட்டப்பட்டுப் படுத்திருக்க வேண்டி
யவர், உட்கார்ந்துகொண்டு வாய் நிறைய 'வாங்க'
என்று கேட்டால் எப்படி இருக்கும்? ஆகவே
கடைசிப் பொழுதை யார் முடிவு செய்வது?

கடைசிப் பொழுது தெரிந்து, சாவின் தன்மையை
அறிந்து கொண்டே செத்தவர்கள் மூன்று பேர்தான்!
சாக்ரடீசு, புத்தர், ஏசு! சிலுவைத் துன்பத்தைத்
தாங்கிக்கொண்டே கடைசிப் பேச்சென்று அறிந்தே

ஏசு பேசுகிறார்; நஞ்சு தன் உடலை எப்படிச் செயலிழக்கச் செய்துகொண்டிருக்கிறது என்று சொல்லிக்கொண்டே சாக்ரடீசு சாகிறார். சீடர்களின் கேள்விகளுக்கெல்லாம் விடையிறுத்து விட்டுவிட்டு, வேறு கேள்வி உளதா என்று கேட்டுவிட்டு கண்ணை மூடி மரித்து விடுகிறார் புத்தர்.

இதுபோல் நான்காவதாக யாரும் அறிந்தே மரித்ததாக அறியக் கிடக்கவில்லை!

அறிந்தே மரித்தவர்கள் பட்டியலில் தூக்குத் தண்டனைக் கைதிகள் சேரவில்லை.

மேலும் சாவு மர்மமாக இல்லாமல் வெளிப்படையாகத் தெரிந்தால் ஓர் ஆண்டுக்கு முன்னரே பலருக்குக் கிறுக்குப் பிடித்து விடும். சாவு குறித்த அச்சம் அத்தகையது!

ஆகவே கண்ணதாசனும் தன் கடைசிப் பாடலைத் திட்டமிட்டிருக்கிறாரேதவிர அது சாவுப் படுக்கையில் எழுதப்பட்ட பாட்டன்று!

இன்னது இனியது என்றில்லாமல் எல்லாவற்றையும்பற்றி எழுதித் தள்ளிய கண்ணதாசன், வாழ்க்கை குறித்த தன் கடைசிக் கருத்தைத்தான் அந்தக் கடைசிப் பாடலில் பதிவு செய்துவிட்டுப் போக விரும்பி இருப்பார் என்று யாராவது கருதினால் ஏமாந்து தான் போவார். கடைசிப் பாடல் ஓர் இரங்கற்பாவாக இருக்க வேண்டும் என்று விரும்பி இருக்கிறார்; அதுவும் தன்னைப் பற்றியதாக இருக்கவேண்டும் என்று விரும்பியிருக்கின்றார். அதையும் தானே எழுதி வைத்துவிட்டுப் போய்விடவேண்டும் என்று விரும்பியிருக்கிறார். அதையும் தான் இறந்த அன்று தன்னுடைய சவ ஊர்வலத்தில் தவறாமல் பாடவேண்டும் என்றும் விரும்பியிருக்கிறார்.

அவர் விரும்பியதுபோலவே அவருடைய நிழலாக இருந்த அவருடைய தம்பி இராம. கண்ணப்பன் அந்தப் பாடலைப் பாவலர் மறைந்தவுடன் அச்சடித்துச் சவ ஊர்வலத்தில் வழங்கி யிருக்கிறார்.

இந்தப் பாடல் ஏற்கெனவே அவருடைய நான்காம் கவிதைத் தொகுதியில் சேர்க்கப்பட்டிருக்கிறது. இதற்குப் பிறகு அவர்

உயிரோடு இருந்து இன்னும் மூன்று தொகுதிகள் எழுதியிருக் கிறார்.

1981-இல் சாகவிருந்த கண்ணதாசன் பன்னிரண்டு ஆண்டுகளுக்கு முன்னால் 1969-இலேயே இந்தப் பாடலை எழுதி வைக்கிற போது ஒரு முறை மனக்கண்ணில் செத்துப் பார்த்திருக்கிறார்.

செட்டிநாட்டு நகரத்தார் பெண்களிடம் கண்ணதாசன் பெற்ற தாக்கம் இது.

அவர்கள்தாம் ஒரு குறிப்பிட்ட வயதுக்குப் பிறகு தங்களுக்கு எல்லாம் முடிந்து விட்டதாகக் கருதி தங்களுடைய சாவு குறித்த ஏற்பாடுகளில் பதினைந்து இருபது ஆண்டுகளுக்கு முன்னரே இறங்கி விடுகின்ற பழக்கம் உடையவர்கள்! தன்னுடைய சாவுச் சடங்கை எப்படி நடத்தவேண்டும்; எவ்வளவு செலவு செய்ய வேண்டும் என்றெல்லாம் துல்லிதமாக வரையறை செய்து விடுவர்.

இந்த நூலாசிரியரின் தாயார் மெய்யம்மை ஆச்சி தான் 'உபதேசம்' (சிவமந்திரம்) கேட்டவராகையால், தன் சவ ஊர்வலத்தில் திருவாசகம் படிக்கப்படவேண்டும் என்று கட்டளையிட்டிருந் தார்கள். தன் சாவுக்குப் பதினாறு நாளைக்கு இழவுகூட்ட வேண்டுமென்றும், எந்த நாளில் இழவுக்கு வந்தாலும் வருகிற வர்கள் ஒவ்வொருவரையும் ஒரு வேளையாவது சாப்பிடச் சொல்லவேண்டும் என்றும், இழவுக்கு வருகிற பெண்களை வெறுங்கையோடு அனுப்பாமல் ஒரு பெரிய எவர்சில்வர் கிண்ணத்தில் பொரியும் கடலையும் போட்டுக் கொடுத்தனுப்ப வேண்டுமென்றும் சொன்னதோடல்லாமல், அதற்காகப் பதினைந்தாண்டுகளுக்கு முன்னரே ஆயிரம் கிண்ணங்களை வாங்கி வைத்திருந்ததோடு, இழவுச் செலவுகளுக்கான பணத்தை யும் ஒதுக்கி வைத்திருந்தார்கள். இது செட்டிநாட்டிலுள்ள எல்லா நகரத்தார்களிடமும் ஆச்சிமார்களிடமும் காணப்படுகின்ற பொதுவான பழக்கம்தான்!

இந்த நூலாசிரியர் ஒருநாள் தன் தாயாரிடம் உரையாடிக் கொண்டிருந்தார்.

'ஆத்தா... நீ இவ்வளவு ஏற்பாடுஞ் செஞ்சது சரி; நீ செத்தா உனக்கு ஒப்பாரி யார் வைப்பா? தங்கச்சிகள் எல்லாம் புதுக் காலத்துப் பொம்பளைங்க; அவுகளுக்குப் பாட்டுக்கட்டவும்

தெரியாது; பாடவும் தெரியாது... அது ரெம்பப் பெரிய குறையாப் போயிருமே...'

தாயார் சொன்னார்கள்:

'ஏன் சின்ன ஆயா இருக்கா... பாடத் தெரிஞ்சவ... இன்னும் ரொம்பப் பேரு இருக்காக... சின்ன ஆயாகிட்டே என்னென்ன சொல்லிப் பாடோணுமின்னு விளக்கமாச் சொல்லி வைச் சிருக்கேன்.'

'ஆத்தா... நீயே பாடுனா என்னன்னு பாடுவாய்...?'

நூலாசிரியரின் தாயார் உடனே தன்னுடைய சாவு குறித்து தானே ஒப்பாரி வைத்துப் பாடிக் காட்டினார்கள்.

'தன்னுடைய பெரிய கண்; அடர்ந்த முடி; பரபரவென்று திரியும் தன்மை; இவற்றால் தன்னை விரும்பிப் பெண் கொண்டதில் தொடங்கி எட்டுப் பிள்ளை பெற்றதைப் பாடி, தான் எட்டு ஊருக்குக் கெட்டிக்காரி என்னும் பெருமையையும் சொல்லி, பங்கு பாகச் சண்டை, மாமியாள் மகன் பெண்டு சண்டை, முறைதலைச் சண்டை இப்படி எல்லாத்துக்கும் நியாயம் சொல்லத் தெரிஞ்சவ இனி யார் இருக்கா..? பெரிய பெரிய ஆம்பிளைகளெல்லாம் நட்டமே நின்று அவகிட்டே தாக்கல் கேட்பார்களே... அவ்வளவு பேருக்கும் காரியம் சொல்லு வாளே...! இனி அவர்களுக்கெல்லாம் புகல் இல்லையே...!'

'கண்டாங்கி தீப்பறக்க
கட்டித் தீ கொண்டாத்தா

மக்களை அழுக வைத்து
மன்னரையும் கலங்க வைத்து
வாவரசி ஆனாளே!'

என்பனபோன்ற வரிகள் அவை: இன்று ஒரு வரியும் நினை வில்லை; அன்று எழுதிப் பதிவு செய்து வைத்துக்கொள்ள அறி வில்லாமல் போனதால் அது ஒரு மாபெரும் இழப்பாகி விட்டது.

இதிலே பெரிய வியப்பு நூலாசிரியரின் தாயார் தன் சாவு குறித்து தானே ஒப்பாரி பாடியபோது அவர்கள் கண்களிலிருந்து கண்ணீர் வழிந்ததுதான்.

'ஏன் ஆத்தா... ஒன்னப் பத்தி நீ உயிரோட இருக்கும்போது பாடுறதுக்கு அழுகிறியே...!'

'நானென்று நினைத்துக் கொண்டா நான் பாடுறேன்... இவ்வள வெல்லாம் பெருமையா இருந்த பொம்பளை, ஊர்ச் சனத்தை யெல்லாம் தவிக்க விட்டுட்டுப் போயிட்டாளேன்னு பாடற போது கண்ணீர் ஊத்துது... நானுங்கிறது மறந்து போச்சு...' இப்படி நூலாசிரியரின் தாயார் சொன்னார்கள்.

இது நூலாசிரியரின் தாயார் உயிரோடு இருந்து தன் சாவைப் பற்றித் தானே பாடிய ஒப்பாரிப் பாட்டு; இதைக் கண்ணதாசன் மொழியிலே சொன்னால், 'இருந்து பாடிய இரங்கற்பா!'

இதேபோன்ற எண்ணற்ற ஆச்சிமார்களின் தாக்கத்தினால்தான் கண்ணதாசன் தான் வாழும் காலத்திலேயே தனக்குத் தானே ஒப்பாரி பாடிக்கொண்டிருக்கிறார். தமிழ்நாட்டிலுள்ள எந்தப் புலவனுக்கும் இதுபோல் ஒரு கற்பனை தோன்றவில்லையே!

ஆனால் இதைப் போய் விபரீதக் கற்பனை என்று குற்றம் சொல்கிறார் கோ.கேசவன். சாவு விபரீதமாகத் தோன்றுவதால் அதைப் பற்றிய பாடலும் விபரீதமாகத் தோன்றுகிறது கேசவ னுக்கு. ஆனால் கண்ணதாசனுக்கோ சாவு இயல்பாகத் தோன்று கிறது. அது வாழ்வின் இன்னொரு பக்கமாகத் தோன்றுகிறது. மெய்ம்மையைக் கண்டறிவதுதானே அறிவின் நோக்கம்!

கண்ணதாசனின் ஒப்பற்ற பாடல்களில் இந்த ஒப்பாரிப் பாடலும் ஒன்று.

> 'பாட்டெழுதிப் பொருள் செய்தான் பரிதாபத்
> தாலதனைப் பாழுஞ் செய்தான்;
> கேட்டழுத பிள்ளைக்கோர் சிறுகோடும்
> கீறாமற் கிளை முறித்தான்.'

IV: பாடல் 29, 'இருந்து பாடிய இரங்கற்பா'

பெரும்பொருள் ஈட்டியவர் தன்னுடைய பிள்ளைகளுக்கு எதையும் சேர்த்து வைக்காமல் எல்லாவற்றையும் பாழாக்கி விட்டதை நினைத்துப் பரிதவித்துப் பாடிய வரிகள் இவை.

தன்னுடைய கடைசிப் பாடலிலும் கண்ணதாசன் தன்னைக் கண்டித்துக்கொள்ளத் தயங்கவில்லை; தன்னுடைய ஐந்

தொகையைப் (balance sheet) பெருக்கி இருப்பைக் கூட்டிக் காட்டுவது கடைசிப் பாடலில்கூட அவருடைய நோக்கமாக இருக்கவில்லை! இதனாலெல்லாம்தான் கண்ணதாசன் ஓர் ஒப்பற்ற மனிதர்!

தன்னை ஈமச் சிதையில் பிணமாகக் கிடத்தி அந்தச் சடலத்துக்குத் தன்னுடைய மக்களும் உற்றாரும் நண்பர்களும் செய்யப் போகும் சடங்குகளை எல்லாம் மனக்கண்ணில் வரிசையாக நினைத்துப் பார்க்கிறார்!

உலகெங்கும் உள்ளோர் நடந்து முடிந்த சுவையான நிகழ்வு களைத் தாம் மனக்கண்ணில் கொண்டுவந்து மகிழ்வர்; சில சமயம் வருத்தமான நிகழ்ச்சிகளும் நாம் விரும்பாமலேயே மனத்திரையில் திணிக்கப்படுவதுமுண்டு.

ஆனால் ஒருவன் தன்னைப் பிணமாக மனத்திரையில் ஓடவிட்டுப் பார்ப்பதென்பது பாட்டுலகம் இதுவரை கேட்டறியாத புதுமை!

கண்ணதாசன் அதைக் காட்சிவாரியாக வரிசைப்படுத்திப் பார்க்கவும் செய்கிறார்; பாடவும் செய்கிறார்.

அவருடைய பிணம் சிதையில் வைக்கப்பட்டுக் கிடக்கிறது. பெற்ற மகளால் பச்சை நெல் குற்றப்பட்டு உமி நீக்கப்பட்ட பச்சரிசியையும், கால் பணத்தையும், மகன் உள்ளிட்ட உற்றார் அனைவரும் ஒவ்வொருவராக வந்து அவருடைய வாயில் போடுகின்றனர்; அவரது பிணத்தைத் தாங்கி வந்த பாடை தோட்டியால் புரட்டிப் போடப்பட்டு ஒரே வெட்டில் வெட்டப் படுகிறது. விறகும் எருவறட்டியும் கொண்டு அமைக்கப்பட்ட படுக்கையில் கிடத்தப்பட்ட அவருக்குக் களிமண் கொண்டு முற்றாகப் பூசி ஒரு புதிய வீடமைத்துத் தருகின்றான் தோட்டி.

மகன் தோளில் முட்டி; அவன் கையில் ஒரு கொள்ளிக் குச்சி; தந்தையின் பிணத்தைச் சுற்றி வருகின்ற மகன், தந்தையின் தலையில் தொடங்கி, ஒவ்வொரு ஓட்டையிலும் கொள்ளிக் குச்சியை செருகிக்கொண்டே மூன்றுமுறை வலம் வருகிறான்; முட்டி முற்றாக உடைக்கப்படுகிறது; திரும்பிப் பார்க்காமல் நடக்கிறார்கள்; துணைபோல் வந்தவர்களெல்லாம் போய் விட்டார்கள்; இனிப் போகுமிடம் யாதாயினும் பயணம் தனித்ததுதான்!

மகன் செருகிய கொள்ளிக்குச்சியின் கனல் தோட்டி கட்டித் தந்த களிமண் வீட்டுக்குள் விரைந்து பரவுகிறது. சடலத்தைப் பற்று கிறது; தமிழைத் திகட்டாமல் செய்தவனின் உடல் தீயில் வேகத் தொடங்குகிறது.

மானனைய பெண்களின் உதட்டுச் சாயத்தையும், மதுவின் ஈரத்தை யும் சுவைத்ததுபோல மீதியுள்ள நேரமெல்லாம் தேனனைய தமிழைப் பாடிய வாய் தீயிலே கருகுகிறது. அப்போது எழுகின்ற தீக்கொழுந்தில் தமிழ் பூக்கிறது!

பாரியோடு கொடை போயிற்று; வள்ளுவனோடு மறை போயிற்று; இந்தக் கவி மன்னனோடு செந்தமிழ்க் கவிதை போன கொடுமையை என்ன சொல்லி வருந்துவது!

'கட்டியதோர் திருவாயில் காற்பணமும்
பச்சரிசி களைந்தும் போட்டு
வெட்டியதோர் கட்டையினில் களிமண்ணால்
வீடொன்றும் விரைந்து கட்டி
முட்டியுடைத் தொரு பிள்ளை முன் செல்லத்
தீக்காம்பு முனைத்து நிற்க
கொட்டியசெந் தமிழந்தக் கொழுந்தினிலும்
பூப்பூத்த கோலமென்ன!

தேனார்செந் தமிழமுதைத் திகட்டாமல்
செய்தவன் மெய் தீயில் வேக
போனாற்போ கட்டுமெனப் பொழிந்ததிரு
வாய்தீயிற் புகைந்து போக
மானார்தம் முத்தமொடும் மதுக்கோப்பை
மாந்தியவன் மறைந்து போக
தானேஎந் தமிழினிமேல் தடம் பார்த்துப்
போகுமிடம் தனிமை தானே!

பாரியொடும் கொடைபோகப் பார்த்தனொடும்
கணைபோகப் படர்ந்த வில்லில்

ஓரியொடும் அறம்போக உலகமறை
வள்ளுவனோ டுரையும் போக
வாரிநறுங் குழல்சூடும் மனைவியொடும்
சுவைபோக, மன்னன் செந்தீ
மாரியொடுந் தமிழ்போக வல்வினையை
என் சொல்லி வருந்து வேனே!'

IV: பாடல் 29, 'இருந்து பாடிய இரங்கற்பா'

இந்தப் பாடலில் உலகத்திலுள்ள ஒருவன் தன்னை எப்படிப் பார்ப்பான் என்று கருதினாரோ அதைப் பதிவு செய்திருக்கிறார் என்றும் கொள்ளலாம்; அல்லது உலகம் தன்னை எப்படிப் பார்க்க வேண்டுமென்று ஒழுங்குபடுத்திக் கொடுத்திருக்கிறார் என்றும் கொள்ளலாம்.

இரண்டுமே சரி இல்லை!

முதலாவது வெளியாள் தன்னை எப்படிப் பார்ப்பான் என்னும் இவருடைய கணக்கு பிழைபட்டுப் போகவே வாய்ப்பு மிகுதி.

இரண்டாவது இவர் ஒழுங்குபடுத்திக் கொடுத்த மதிப்பீட்டை உலகம் ஒப்பாது; உலகம் தனக்கு யாரும் இரவல் பார்வை தருவதை விரும்புவதில்லை.

ஆகவே எந்த வகையிலும் இந்தப் பாட்டு நினைத்த பயனை அடையப் போவதில்லை. எனினும் அவர் நினைக்காத பயனை இப்பாடல் அவருக்குத் தந்தது!

இந்தப் பாடலை எழுதும்போது அவர் வருவாய் உச்சமாக இருந்தது; செல்வம் கொழித்தது; புகழில் மிதந்தார்!

இவர் தன்னைப் பார்க்க மாட்டாரா; தன்னை நோக்கி ஒரு புன்முறுவல் பூக்க மாட்டாரா என்றெல்லாம் ஊரும் உலகமும் இவர் முகம் நோக்கி இருந்த காலம் அது.

இத்தகைய பின்னணி ஒருவனின் ஆணவத்தை உச்சத்துக்கு ஏற்றி விடும். ஆணவம் மூலமலம். ஒரு தகுதியும் இல்லாதவனுக்கே அது இயல்போடு கலந்திருக்கும். எல்லாத் தகுதியும் எல்லாப் புகழும் பெற்ற கண்ணதாசன்போன்றவர்களிடம் செருக்கு செழித்துக் கூத்தாடியிருக்க வேண்டுமென்பதுதான் இயற்கை.

அந்தக் காலகட்டத்தில் அவர் ஆணவமாக இருப்பதை உலகமும் உடன்பட்டு அடங்கிப் போகத் தயாராக இருக்கும். ஆனால் இவர் அடக்கிப் போகாமல் அடங்கிப் போகின்றவராக இருந்திருக் கிறார். இதுதான் கண்ணதாசனைத் தனித்து நிறுத்துகிறது!

வாழுங்காலத்தில் சாவை நினைக்கத் தெரிந்தவன் வாழ்வை வெல்வான்; எல்லாம் ஒரு முடிவுக்கு வரும் என்று எண்ணத் தெரிந்தவனிடம் ஆணவம் வேர்கொள்ள முடியாது.

ஆணவ வேர் அறுபடுவதுதான் வாழ்வின் தலையாய நோக்கம்; மனிதன் புரிகின்ற வினை தீவினையாவதற்கு ஆணவமே அடிப் படைக் காரணம்!

'எனக்குத் தெரியாதா...?

'என்னைவிடவா நீ...?

'உன்னை ஒழிக்காமல் விடுவதில்லை...!'

இவையெல்லாமே ஆணவத்தில் பிறக்கின்ற சொற்கள்தாம்; ஆணவத்தால் கவ்வப்படாத மாந்தனே உலகிலில்லை. அதனாலேதான் இதை 'மூலமலம்' என்றனர் தமிழ்ச் சமயத்தோர்.

ஒரு முறை செல்வம் திரண்டுவிட்டால் பின்னர் என்றுமே தான் செல்வன்தான் என்று நினைக்கின்றவர்களே ஒவ்வொருவரும்.

ஈர்க்கு இடையறுத்துச் செல்ல முடியாத அளவுக்கு எழுச்சி பெற்றுப் பரந்து குத்திட்டு நிற்கும் இளம் முலைகள் என்றுமே கட்டுவிடாதவை என்று உறுதியாக நம்புகிறவளே ஒவ்வொரு இளையோளும்.

ஒவ்வொரு சாவு வீட்டுக்குப் போகும்போதும் 'இவர்களெல்லாம் சாகத்தான் செய்வார்கள்; ஆனால் நாம் அப்படி அல்ல' என்று திண்ணமாக நம்புகிறவனே ஒவ்வொரு மாந்தனும்.

'நில்லாத வற்றை நிலையின என்றுணரும்
புல்லறி வாண்மை கடை'

(331)

மாந்தனின் எல்லா வீழ்ச்சிகளுக்கும் காரணம் புல்லறிவு என்பான் பொய்யாமொழியோன்!

நாத்திகர்களில் பெட்ரண்ட் ரசல் போன்ற சிந்தனையாளர்கள் நிறைய இருக்கிறார்கள். ஆனால் ஏசுவைப்போல, நபிகளைப் போல, புத்தனைப்போல, வள்ளுவனைப்போல, காந்தியைப் போல, அருட்பிரகாச வள்ளலாரைப்போல அடக்கமான வர்களாக, எளிமையானவர்களாக, உயர் பண்புகளின் உறைவிட மாக, எண்ணத்தாலும் புரைபடாதவர்களாக வாழ்ந்த நாத்திகர் யாரேனுமுண்டா?

ஒருவன் கொள்ளுகின்ற கோட்பாடுகளே அவனை உருவாக்கு கின்றன. நாத்திகத்தின் மையம் நுகர்ச்சி; நுகர்ச்சி வாழ்வே நாத் திகத்தின் உச்சநோக்கம்; தான் விரும்புவனவற்றை அடைவதற்கு வழியல்லாத வழியில் படரவும் அவன் தயங்கத் தேவையில்லை; ஏனெனில் அதற்காகத் தண்டிப்பதற்கு இப்பொழுதோ, இறப்பிற்குப் பின்போ யாரும் இருப்பதாக அவன் அஞ்சுவ தில்லை; அரசையும் சட்டத்தையும் ஏமாற்ற முடிந்தாலே போது மானது!

நாத்திகர்களில் நல்லவர்களே இல்லை என்பதில்லை; பெட் ரண்ட் ரசலை உருவாக்க நாத்திகம் போதுமானது. ஏசுவை உரு வாக்கப் போதுமானதில்லை; ஏங்கல்சை உருவாக்க இயங்கியல் பொருள் முதல்வாதம் போதுமானது; ஆனால் புத்தனை உருவாக்கப் போதுமானதில்லை!

வாழ்வு குறித்த பார்வைகளில் நாத்திகர்கள் குறைபாடுடை யவர்கள்; இளமையும், யாக்கையும், செல்வமும் நில்லாதவை என்று உணர்கின்ற ஒருவன்மட்டுமே தப்பிப் போகக்கூடிய ஒன்றிற்காகத் தப்பான வழியில் போகக் கூசுவான்!

பெரும்பான்மையான குற்றவாளிகள் இறை நம்பிக்கை உடை யவர்கள்தாமே என்றால், 'ஆம்; அவர்கள் இறை நம்பிக்கை மட்டுமே விடுதலையைக்கூட வாங்கித் தந்துவிடும்' என்னும் அளவுக்கு வரம்பு மீறிய இறை நம்பிக்கை உடையவர்களே; ஆனால் அவர்கள் மெய்ம்மை (Truth) குறித்த சரியான கருத் தோட்டமுடையவர்களில்லை! இத்தகையவர்கள் ஆத்திகர்களாக இருப்பதும் ஒன்றுதான்; நாத்திகர்களாக இருப்பதும் ஒன்றுதான்!

ஆனால் கண்ணதாசனுக்கோ வாழ்க்கை குறித்து சரியான பார்வை ஏற்பட்டிருந்ததன் விளைவே இந்த இரங்கற்பா. வாழ்வின் முடிவு குறித்து எண்ணிப் பார்க்கத் தெரிந்தவனுக்கு, அதுவும் பொதுவாக எண்ணிப் பார்க்காமல் தன்னை ஒரு பிணமாகவே

காட்சிப்படுத்திப் பார்க்கத் தெரிந்தவனுக்கு, இந்த முடிவு எந்த இடத்திலும் எந்த நேரத்திலும் வரலாம் என்று அறியத் தெரிந்தவனுக்கு, ஆணவம் என்பது இருக்கவே முடியாது. இதை அறிவதுதானே அறிவு! அறிவு என்பது தகவல் திரட்டு அல்லவே! திரட்டு பல்கலைக்கழகங்களுக்கு உரியதேயன்றி, வாழ்க்கைக்கு உரியதல்லவே!

ஆணவமில்லாச் செயலில் அழுக்குப் படியாது.

ஈட்டிய பணம் தங்கிவிடும்; இளமை விசுக்கென்று கழிந்து விடும்; கட்டிய மனைவி நின்று விடுவாள்; பெற்ற பிள்ளை கொள்ளிக் குச்சியைச் செருகிவிட்டுக் கடமையை முடித்துக் கொள்வான் என்றெல்லாம் நூல் பிடித்ததுபோல வரிசையாக எண்ணிப் பார்க்கும் கண்ணதாசன் அதற்கப்பாலும் பயணம் தொடர்வதாக உய்த்தறிந்து பாடுகிறார்.

'போகுமிடம் தனிமைதானே!'

IV: பாடல் 29, 'இருந்து பாடிய இரங்கற்பா'

இந்த ஒரு வரிக்குள் புதைந்து கிடக்கும் உள்ளோட்டம்தான் கண்ணதாசனுக்கு நிலைத்தது எது, நிலையாதது எது என்று புரிய வைக்கிறது; ஆணவமற்றவனாக, அறிவது அறிந்து அடங்கியவ னாக அவனை ஆக்குகிறது; யாருக்கும் கேடே செய்ய முடியாத வனாகவும், மிகமிக நல்லவனாகவும் ஆக்குவது அந்த உள் ளோட்டந்தான்! அதுதானே வாழ்வின் மொத்தப் பயன்!

கண்ணதாசனைத் தூக்கித் திருக்குறட் தராசிலே வைத்தால்,

'கடனென்ப நல்லவை எல்லாம்'

(981)

'மனநலம் மன்னுயிர்க்கு ஆக்கம்'

(457)

என்றும் அது அவருக்குச் சார்பாக தன் இறுதித் தீர்ப்பை வழங்கும்!

நிலையான உயிர், நிலையாத உடலைப் பெற்றபோது, நல்லனவற்றையெல்லாம் கடனாகக்கொண்டு அரிய உயிர்க்கு ஆக்கம் தேடிக்கொள்ளவேண்டாமா?

கண்ணதாசன் அதைத்தான் செய்தார்!

14

'பல்டி' மன்னர்கள்

கண்ணதாசனின் கவிதைகளை முதல் தொகுதி
யிலிருந்து ஏழு தொகுதிகளையும் ஒருசேரப் படிக்
கின்ற நிலையில்தான் அவருடைய வயது வளர்ச்சி
யும், கருத்து நிலைகளில் ஏற்பட்டிருக்கும் தலைகீழ்
மாற்றங்களும் பளிச்சென்று தெரிய வருகின்றன.

நம் கண்முன் நாள்தோறும் நடமாடுகின்ற நம்
முடைய பிள்ளைகளின் மாற்றம் நம் கண்களுக்குச்
சற்றும் தெரிவதில்லை என்பதுபோல், அயலவர்
அவர்களைப் பார்க்கும்போது சட்டென்று அதுதான்
தெரிவதுபோல், கண்ணதாசனை அவர் மறைந்து
இருபதாண்டுகள் கழித்துப் பார்க்கும்போது அவர்
வேறுபட்ட தோற்றம் காட்டுகிறார்.

அந்தந்தக் காலகட்டங்களில் ஒன்றொன்று குறித்தும்
அவர் பாடும்போது 'இதுபற்றி இன்றைக்குச் சொல்
வதே என்றைக்கும் வேதம்' என்ற நம்பிக்கை
யோடுதான் அவரே சொல்லியிருப்பார்.

ஆனால் காலம் ஒவ்வொருவரிடமும் தலைகீழ்
மாற்றங்களை உண்டாக்க வல்லது என்பது உண்
டான பின்புதான் யாருக்கும் தெரிய வருகிறது.

இன்றைய இலக்கிய மேடைகளில் கண்ணதாசனைப்
'பல்டி மன்னன்' என்று மூன்றாந்தரப் பேச்சாளர்கள்
குற்றப்படுத்திப் பட்டியலிடவும் செய்கிறார்கள்;

அதையும் மீறி ஏனோ பாராட்டவும் செய்கிறார்கள். மாறாமை அவர்களுடைய உயர் கனவாக இருக்கும்போலும்!

மாற்றம் கண்ணதாசனுக்குமட்டும் நேரிடுவதில்லை; உணர்வும் வளர்ச்சியும் உடைய எந்த மாந்தனுக்கும் நேரிடுவதுதான்! ஆள் மட்டும் வளர்ந்து கருத்து வளராமல் செத்தொழிந்து போகிறவன் மரத்திற்கு நிகரானவன்! அவன் மாற்றமில்லாமல் வாழ்ந்தான் என்பதன் பொருள் மரமாக இருந்தான் என்பதே!

இந்திக்கு 1937-இல் விதைபோட்ட இராசாசி, இருபதாண்டு களுக்குப் பின்னர் அது பெரிய மரமாக வளர்ந்துவிட்ட நிலையில் அதை வெட்டி வீழ்த்தாமல் விடுவதில்லை என்று மார்தட்ட வில்லையா?

இது 'பல்டி' இல்லையா?

'அபேதவாதம்' எனத் தமிழ்ப்படுத்தி எந்த சோசலிசத்தைப் பரப்பு வதில் முந்திய காலங்களில் இராசாசி அளவற்ற முனைப்புக் காட்டினாரோ, அதே சோசலிசத்தை ஒழிக்காவிட்டால் இந்த நாடு உய்யாது என்று பிந்திய காலங்களில் வரிந்து கட்டிக் கொண்டு புதிய கட்சி தொடங்கவில்லையா?

இது 'பல்டி' இல்லையா?

தொடக்கத்தில் காங்கிரசில் சேர்ந்து வெள்ளைக்காரனை வேரறுக்கப் புறப்பட்ட ஈ.வே.ரா. பெரியார், பிற்காலத்தில் வெள்ளைக்காரனோடு கை கோத்துக்கொண்டு காங்கிரசை வேரறுக்கக் கிளம்பவில்லையா? யாரோ சிலர் எதிர்க்கிறார்கள் என்பதற்காக வெள்ளைக்காரர்கள் கோபித்துக்கொண்டு கப்ப லேறிப் போய்விடக்கூடாது என்று கேட்டுக் கொண்டதோடல்லா மல், விசுவாசமிக்க தமிழ்நாட்டை மட்டுமாவது நேரடியாக ஆண்டு தமிழர்களையெல்லாம் கடைத்தேற்றவேண்டும் என்று பெரியார் கெஞ்சவில்லையா?

இது 'பல்டி' இல்லையா?

இரண்டாம் உலகப் போரை 'ஏகாதிபத்திய நாடுகளின் போர்' என்று அன்றுவரை சொல்லி வந்த இந்தியப் பொதுவுடமைக் கட்சி, சோவியத் நாட்டின்மீது இட்லர் படையெடுத்தவுடன், திகைத்து நின்ற சோவியத்தையும் கூட்டணி சேர்த்துக்கொண்டு

ஏகாதிபத்திய நாடுகள் போரைத் தொடர்ந்து நடத்தியபோது அதே போரை அதே பொதுவுடமைக் கட்சி 'மக்கள் போர்' என்று வாயைக் கொப்பளித்துவிட்டுவந்து வருணிக்கவில்லையா?

இது 'பல்டி' இல்லையா?

'நெஞ்சக் குருதியை நிலத்திடை வடித்து வஞ்சகம் அழிக்கும் மாமகம் புரிவம் யாம்' என்று பாடிச் சுதந்திர வேள்வி வன்முறையில் நடப்பினும் நடக்க என்று 'திலகர் பின்னால் திரிந்த' பாரதி, காந்தியின் வருகைக்குப் பின்னர் 'அகிம்சையே போர்முறை' என்றும், காந்தியே அறத்தின் மூர்த்தி என்றும், பழைய பறையை வீசி எறிந்துவிட்டுப் புதுப் பறை கொட்டவில்லையா?

இது 'பல்டி' இல்லையா!

பாவலர்களும், தலைவர்களும், அறிஞர்களும் தங்கள் எண்ணங்களைப் பதிவு செய்துவிட நேர்வதால் அவர்களின் மாற்றங்கள் தவறாது மாற்றார் கண்ணில் படுகின்றன. உடனே எளிய அறிவுடையார் அவற்றைப் 'பல்டிகள்' என்று கொச்சைப்படுத்தி விடுகின்றனர்.

ஒரே கணவனோடு வாழ்ந்தது குறித்துப் பெருமைப்படும் பெண்களைப்போல், ஒரே அரசியல் கட்சியில் மாறாமலிருந்தது குறித்துப் பெருமை பேசுவோருண்டு. வரித்த தலைவனைக் கணவனாகவே கருதும் பத்தினி மனப்பான்மை இது.

ஒரு குறிப்பிட்ட சின்னத்தில்தவிர வேறு சின்னத்தில் வாக்களிப்பு இல்லை என்று வாக்காளர்களில் பத்தினி நோன்பு மேற்கொண்டவர்களும் உண்டு.

பொதுவாக எதையும் மேலோட்டமாகப் பார்க்கின்றவர்களிடம் 'மாறாத் தன்மை' மதிப்புக்குரியதாகத் தென்படுகிறது.

இத்தகைய மனநிலையுடையாரைப் பார்த்து இராசாசி சொல்கிறார்.

'Consistency is not a virtue.'

வரலாற்றைப் புரட்டினால் பாரதிக்குத் தலைவராக இருந்தவர் இருவர். ஒருவர் திலகர்; பிறிதொருவர் வ.உ.சிதம்பரம் பிள்ளை. வ.உ.சி.க்கு நிகரான தியாகியும் தலைவனும் தென்னக வரலாற்றிலேயே இல்லை. அவருக்கு இரண்டு ஆயுள் தண்டனை வழங்கப்

பட்டது. அதற்குப் பின்னொரு பிறப்பிலும் சிறைவாசம் என்று பொருள் கொள்ளவேண்டும்போலும்!

அவர் சிறையில் செக்கிழுத்தார்; இந்துமாக் கடலில் வெள்ளை யனை எதிர்த்துக் கப்பல் விட்டார். அவர் செய்யாதது என்ன?

திலகரைத் தலைவராகக்கொண்டு விடுதலை வேள்விக்குத் தன் வாழ்க்கையையே காணிக்கையாக்கி விட்டார் வ.உ.சி. திலகரோ அப்பழுக்கற்ற மனிதர்; விடுதலைப் போரின் தலையாய தலைவர்.

'விடுதலைப் போரில் எந்த முறையைப் பின்பற்றுகிறோம் என்பது முக்கியமில்லை; அடைய வேண்டிய இலக்கே முக்கியம். End justifies the means' என்பது திலகரின் கொள்கை.

திலகரின் பள்ளியைச் சேர்ந்த வ.உ.சி.யும் பாரதியும் திலகரின் மறைவுக்குப் பின்னர் திகைத்து நிற்கும் வேளையில் காந்தி உள்ளே நுழைகிறார். காங்கிரசு தலைகீழ் மாற்றத்தை அடைகிறது.

'அடையும் இலக்கு எவ்வளவு முதன்மையானதோ அவ்வளவு முதன்மையானது அதை அடைவதற்கான வழிமுறையும்' என்றொரு புதிய குரல் எழுகிறது. அந்தக் குரலுக்குரியவன் மோகன்தாஸ் கரம்சந்த் காந்தி.

'கத்தியின்றி இரத்தமின்றி இந்த யுத்தத்தில் வெல்ல முடியும்! அதற்கு வழி ஒத்துழையாமையும், அகிம்சை மார்க்கமும்' (Non-cooperation/Non-violence) என்று போர்முறை மாற்றம் செய் கிறான் புனிதன் காந்தி.

இந்தப் புதிய கோட்பாடு பாரதியைத் துள்ளி எழ வைக்கிறது. ஆனால் வ.உ.சி.யோ துவண்டு போகிறார்.

> 'படிமிசைப் புதிதாச் சாலவும் எளிதாம்
> படிக்கொரு சூழ்ச்சி நீ படைத்தாய்!'
>
> 'வாழ்க நீ எம்மான்'

பாரதியார் கவிதைகள்

என்று காந்தியை உச்சிமேல் வைத்துப் பாராட்டத் தொடங்கி விடுகிறான் பாரதி.

இந்தச் சூழ்ச்சி மிகவும் புதியது; இதுவரை கேட்டறியாதது; அதேசமயம் மிக எளியது என்றெல்லாம் காந்தியைப் போற்று

கிறான்.

'...ஒத்துழையாமை
நெறியினால் இந்தியாவிற்கு
வருங்கதி கண்டு பகைத் தொழில் மறந்து
வையகம் வாழ்க நல்லறத்தே'

-மேற்படி

என்று பாட்டை முடிக்கிறான்.

காந்தியினுடைய புதிய முறை பகைவனிடம்கூடப் பகைமை
பாராட்டாது என்பதை அறிந்து சிலிர்ப்படைகின்ற பாரதிக்கு
மாறாக, வ.உ.சி. இந்தப் புதிய தலைமையையும் புதிய போர்
முறையையும் கண்டு ஐயங் கொள்கிறார்.

இதுவரை தன்னைப் போன்றோர் செய்த தியாகங்கள், நடத்திய
போராட்டங்கள் அனைத்தும் வீணாகப் போய்விடுமோ என்று
அஞ்சுகிறார்.

அவரால் இந்தப் புதிய போர் முறையின் ஆற்றலை நம்ப
முடியவில்லை. சிறிது கால ஊசலாட்டத்துக்குப் பிறகு திகைத்து
நிலைகுத்தி நின்று விடுகிறார் வ.உ.சி.

நேற்றுவரை நம்பிய வழிமுறையைக் கை கழுவிவிட்டுப்
புதியதை நோக்கித் தாவுகிறான் பாரதி.

அதே வழிமுறை, அதே தலைமை என்னும் நிலைப்பாட்டி
லேயே மாறாமல் நின்று விடுகிறார் வ.உ.சி.

பாரதி நீரோட்டத்தில் செல்கிறான்; வ.உ.சி. தடங்கலுற்றுக்
கரையொதுங்குகிறார்.

வணங்கத் தக்கவன், புடம்போட்ட தியாகத் தலைவன், தன்னை
ஒப்பாரும் மிக்காரும் இல்லாதவன், தென்னாட்டுத் திலகன்
வ.உ.சிதம்பரம் பிள்ளையின் துயரார்ந்த பிந்திய கால அரசியல்
தேக்கத்துக்கு இந்த 'மாறாமையே' காரணம்!

மாறுவதெல்லாம் 'பல்டி' என்று இழிக்கப்படும் உலகில்
மாறாமை நன்மை சேர்த்ததா?

ஆகவே எது சிறந்தது?

மாற்றமா? மாறாமையா?

'மாற்றமாம் வையகத்தின் வெவ்வேறே வந்து'

-திருவாசகம் - சிவபுராணம் - வரி 81

மாறுகின்ற உலகுக்குத்தக வெவ்வேறாக வருபவன் என்று மாணிக்கவாசகர் கடவுளுக்கே மாற்றம் கற்பிக்கின்றபோது கண்ணதாசன் மாறக் கூடாதா?

15

மூடிக்கொண்டு இருக்கக் கூடாதா...?

இதிலே மாபெரும் வியப்பு என்னவென்றால் உலகம் கண்ணதாசனை முரணானவர் என்று விமர்சித்தது அன்று; கண்ணதாசனே அவ்வாறு தன்னைக் கருதிக் கொண்டதுதான்! அறியாத உலகம் எந்த அளவு கோலால் அவரை அளந்ததோ, அந்த அளவு கோலையே கடனாக வாங்கி அவரும் தன்னை அளந்துகொண்டார். ஆகவே அவருக்குத் தன்னைக் குறித்தே ஒரு கழிவிரக்கம் தோன்றியது!

தன்னுடைய கவிதைகள் மூன்றாம் தொகுதிக்கு எழுதிய முன்னுரையில்,

> 'குற்றங்கள் முரண்பாடுகளை மறந்து என் உள் ளத்தை இதில் கண்டுபிடிப்பது உங்கள் பொறுப்பு'

என்று குறிப்பிடுகிறார். இது தகுதியான பாவல னுக்கு அழகன்று! இது இப்படித்தான் என்று அறுதி யிட்டுச் சொல்ல வேண்டியவர் தன் குற்றங்களையும் முரண்பாடுகளையும் மறந்துவிடுமாறு கெஞ்சுகின்ற போது அவருடைய பாட்டில் படிப்பவர் மனம் முழுமையாகத் தைக்காமல் போய்விடும்.

படிப்பவர்க்கு எல்லாமே முரண்பாடாகத் தோன்றி னால்கூட அது வியப்பில்லை.

மாற்றம் உலகின் போக்கென்றால் மனிதனும் உள்ளடங்கியவன்தானே!

ஓர் ஆற்றுக்குள் காலை வைத்தபோது தழுவிய நீர் அந்தக் காலை எடுக்கின்றபோது இல்லை; மீண்டும் வைக்கும்போது வேறு நீருக்குள் வைக்கின்றான். ஒரு கணப்பொழுது மட்டுமே நின்று மாறி மறையும் இந்தப் போக்கை 'கணபங்கவாதம்' என்று அறிவே வடிவான புத்தன் கூறுவான்.

கால ஓட்டத்தில் தலைவனும் மாறலாம்; பாடுகின்றவனும் மாறலாம்; யார் மாறினாலும் பாடுபொருள் மாறிவிடும். ஆகவே மாற்றம் பிழையில்லை. மாறுவதற்கான காரணம் காலத் தேவைக் கேற்றபடி சரியானதுதானா என்பதுமட்டுமே கவனத்திற்குரியது.

பாராட்டிய வாயால் பழித்தான் என்பது மேற்போக்கானவர்களின் குற்றச்சாட்டு; தன்னல அக்கறைச் சக்திகளின் (Vested interests) திசை மாற்றும் முயற்சி!

அறிந்தே சொல்லப்படுகின்ற பொய்யும், அருவருப்பான அரசியல் போக்கும் ஒரு பாவலனைச் சீற்றமுறச் செய்கின்றன. இதிலே என்ன பிழை? இந்த உணர்ச்சிகூட இல்லாமல் ஒருவன் எப்படிப் பாவலனாகத் திகழ முடியும்?

தான் முற்றுமாக மாற்றிப் பாடியதற்கு நியாயம் சொல்வதற்குப் பதிலாகக் கண்ணதாசனே தன்னை இறக்கி மதிப்பிட்டுக் கொள்ளக் காரணமென்ன?

> 'நடைபாதை வணிகனென
>
>   நான்கூறி விற்ற பொருள்
>
> நல்ல பொருள் இல்லை அதிகம்
>
>   ஊர் நெடுக என் பாட்டை
>
> உளமுருகப் பாடுகையில்
>
>   ஓர் துயரம் என்னுள் வருமே!'

V: பாடல் 1,

'மனிதரைப் பாட மாட்டேன்'

தன்னுடைய பாட்டை ஊர் ஊராகப் பாடும்போது, கண்ணதாசன் உவகை கொள்வதற்குப் பதிலாக ஏன் துயரப்படவேண்டும்?

தன்னுடைய சரக்கு நல்ல சரக்கில்லை என்று இவரே கடை முகப்பில் பலகை எழுதி வைக்க வேண்டிய கட்டாயமென்ன?

தன்னுடைய முதல் இரண்டு தொகுதிகளுக்குத் தான் எழுதிய முன்னுரைகளைத் தானே மீண்டும் படிக்க நேரிட்டால், தன்னுடைய எதிரி வெளியே இல்லை, அது தான்தான் என்று கண்ணதாசனுக்குத் தெரியவருமே!

அந்த முன்னுரை:

'தி.மு. கழகத்தில் இருந்தபோது நான் எழுதிய வெறித்தனமான கவிதைகள் அனைத்தும் இதில் அடக்கம்.

கவிஞன் ஒருவன் அரசியல்வாதியாகவும் இருந்தால் கவிதைக் கருத்துக்கள் எவ்வளவு முரண்படும் என்பதற்கு இந்தத் தொகுப்புகளே சான்று.

யார் யாரைப் போற்றியிருக்கிறேனோ, அவர்களைக் கேலி செய்தும் இருக்கிறேன்.

யார் யாரைக் கேலி செய்திருக்கிறேனோ, அவர்களைப் போற்றியும் இருக்கிறேன்.

'இந்த நேரத்தில் இப்படி முரண்பட்ட தொகுதிகளை வெளியிட வேண்டிய அவசியம் என்ன?' என்று நீங்கள் கேட்பீர்கள்.

கருத்து எதுவாயினும் கவிதை என்னுடையது.

கருத்து உங்களைக் குழப்பும்; கவிதை உங்களை மயக்கும். ஒவ்வொரு கட்சிக்காரர்களுக்கும் நான் கத்தியும் கொடுத் திருக்கிறேன்; கேடயமும் கொடுத்திருக்கிறேன்.

என்னை மையமாக வைத்தே எல்லோரும் சண்டை போட்டுக் கொள்ளலாம்.

எந்தத் தலைவரையும் பழிப்பதிலும் புகழ்வதிலும் என் தமிழ் எப்படி விளையாடி இருக்கிறதென்பதை இப்போது படியுங்கள்'

கவிதை தொகுதி 1 & 2; முன்னுரை

இது 1968 இறுதியில் எழுதப்பட்ட முன்னுரை.

கவிஞன் அரசியல்வாதியாகவும் இருப்பதால் கவிதைகளில் முரண்பாடுகள் தோன்றுகின்றன என்பது கண்ணதாசனின் கருத்து.

'கருத்து உங்களைக் குழப்பும்' என்று கண்ணதாசனே உடன்படும் போது அந்தக் கவிதைகளின்மேல் எப்படி மதிப்புப் பிறக்கும்? அவர் சொல்வதுபோல என்னதான் கவிதை மயக்கினாலும் கருத்தின்மீதுதானே கவிதை கட்டப்படுகிறது. கருத்தைக் கழித்துவிட்டுக் கவிதையைப் படித்தால் வெறும் ஓசைதானே மிஞ்சும்!

'தாதி தூதோ தீது; தத்தை தூது ஓதாது' என்பது போன்ற 'த'கர வர்க்கத்திலேயே பாடப்பட்ட தமிழ்ப்பாடல்கள் மதிப்புப் பெற முடிகின்றனவா?

ஒவ்வொரு கட்சிக்காரருக்கும் கத்தியும் கேடயமும் கொடுத் திருப்பதாகக் கண்ணதாசன் சொல்வது உண்மை. ஒருவனுக்கு மட்டும் கொடுத்திருந்தால் அவன் அதை நன்றியோடு பயன் படுத்துவான். அவனுடைய எதிரிக்கும் அதையே கொடுத் திருக்கும்போது அவனுக்கு எப்படி அது நன்மையாக இருக்கும்? எல்லாருக்கும் சொந்தமானவன் என்று சொல்லிக் கொள்பவன் எவனுக்குமே சொந்தமில்லாமல் போய்விடுவதில்லையா! அது போன்றதுதான் இதுவும்! இதிலே பெருமையாகச் சொல்லிக் கொள்வதற்கு என்ன இருக்கிறது!

கண்ணதாசனின் தன்னிரக்கப் பாடல்களையும் முன்னுரை களையும் நீக்கிவிட்டால் எல்லாக் குழப்பங்களும் தீர்ந்து விடும்!

கண்ணதாசன் யார் என்பதை வரையறை செய்யும் வேலை காலத்தினுடையது! 'தான் இதுதான்' என்ற கட்டங்கட்டி அடிக் கோடு போட்டுக் காட்ட வேண்டிய வேலை கண்ணதாச னுடையதில்லை!

கண்ணதாசனுக்குக் கண்ணதாசனைத் தெரியாது!

கண்ணதாசனைப்பற்றிக் கண்ணதாசன் கருதிக் கொண்டிருப் பதைவிடக் கண்ணதாசன் கூடுதலானவர்!

மூடிக் கொண்டு இருக்கக் கூடாதா கண்ணதாசா...!

16

கடைந்தவர்களைக் கடைந்தபோது...!

கண்ணதாசனின் எழுத்தை ஆய்ந்தவர்கள் பலர்; அவர்களில் வேங்கடபதிபோல் முனைவர் பட்டத் துக்காக ஆய்ந்தவர்களும் உண்டு.

கோ.கேசவன் போல் தேர்ந்த ஆய்வாளர் என்கிற முறையில் ஆய்ந்தவர்களும் உண்டு.

எட்டாவது படித்த கண்ணதாசனின் எழுத்துக்கள் முனைவர்களை உருவாக்குகிற வல்லமை வாய்ந் தவை என்று அறியும்போது அறிவு பல்கலைக்கழக வளாகத்துக்குள் உள்ளடங்கியது என்னும் மாயை உடைபட்டுப் போகிறது.

மேலும் சென்னைப் பல்கலைக்கழகத்தில் அளிக்கப் பட்ட வேங்கடபதியின் ஆய்வேட்டைப் படிக்க நேரிட்டால், முனைவர் பட்டம் குறித்த மதிப்பும் தகர்ந்து போகிறது.

வேங்கடபதியின் ஆய்வேடு கூறுகிறது;

> 'கண்ணதாசனின் கவிதைகளைப் பொறுத்தவரை மதுவும் மங்கையும் வெறும் புலன் நுகர்ச்சிப் பொருள்களாகத் தாழ்ந்துவிடாமல் கவிதையாக்கத் திற்கான உயிர் ஊற்றுகளாக இருத்தலைக் காண் கிறோம்.

ஏதேனும் ஒரு நுகர்ச்சிப் பொருள் கவிதையாக்கத்திற்கு உயிர் ஊற்றாக அமைதல் இயல்பேயாகும் என்பது தெரிகிறது.'

-வேங்கடபதி சென்னை பல்கலைக்கழகத்திற்கு அளித்த ஆய்வேடு (1980) ப.219

பொதுவாகப் புலன்கள் மிகவும் தொல்லையானவை; அவை சும்மா கிடக்க முடியாமல் ஒன்றைப் பழகிக்கொள்கின்றன; பின்பு அவை கிடைக்கவில்லை என்றால் நமைச்சல் தருகின்றன. பின்பு மறுநாளும் மறுநாளும் இதையே செய்கின்றன. வாழ்க்கை முழுவதும் இதே அலைக்கழிவுதான்!

'நைட்டுக்' கடை நடத்தும் நைனியப்ப நாயக்கனுக்கும், கவிதை எழுதுவதை வாழ்க்கையாகக் கொண்ட கண்ணதாசனுக்கும் மேற்படி 'அயிட்டம்' (item) கிடைக்காதபோது ஏற்படுகிற நமைச் சலின் தன்மை ஒரே மாதிரியானதுதான்!

ஒரே அயிட்டம் (liquor) நைனியப்ப நாயக்கனிடம் புலன் நுகர்ச்சிப் பொருளாகத் தாழ்ந்தது எப்படி? கண்ணதாசனிடம் கவிதையாக்கத்துக்கான உயிர் ஊற்றாக உயர்ந்தது எப்படி?

அப்படியானால் அந்த 'அயிட்டத்துக்கென்று' தனிக் குணம் எதுவும் கிடையாதென்று கொள்ள நேரிடும்; அடைகின்ற ஆளைப் பொருத்துத்தான் அதன் குணம் அமைகின்றது என்றும் கொள்ள நேரிடும்.

மீண்டும் அந்த 'அயிட்டத்தின்' பொதுக்குணம் போதை என்றும், அதுதான் கவிதையாக்கத்துக்கான உயிர் ஊற்று என்றும் கொண் டால், நைனியப்ப நாயக்கன் கவிதை எழுதவில்லையே ஏன் என்ற வினாவுக்கு விடை சொல்ல இடர் ஏற்படும். அத்தகைய இடர்கள் வேங்கடபதிக்கு ஏற்பட்டதாகத் தெரியவில்லை.

பிராந்தியிலும் விசுக்கியிலும் ஆல்ககால் எத்தனை விழுக்காடு என்று கண்டறிந்தவர்கள் உண்டு; கவிதை ஆக்கத்துக்கான விழுக் காடு எவ்வளவு என்று கண்டறிந்தவர்கள் இதுவரை இல்லை!

வேங்கடபதிதான் முதன் முதலாக அதைக் கண்டுபிடித்து முனைவர் பட்டம் பெற்றிருக்கிறார்!

ஆனால் கோ.கேசவனின் ஆய்வு முனைவர் பட்டத்துக்கான ஆய்வில்லை; ஆகவே அதைப் புறந்தள்ளி விடமுடியாது.

கோ.கேசவனின் ஆய்வு கண்ணதாசனைத் தலைகீழாகப் புரட்டிப் புரட்டி எடுக்கிறது; அவர் யாழ்ப்பாணம் கைலாசபதிபோல ஒரு மார்க்சியப் பார்வையாளர்.

மார்க்சியமோ உயர் அறிவின் வெளிப்பாடு.

உற்பத்தி முறையும், உற்பத்தி உறவுகளுமே சமூக வாழ்வின் அடித்தளம்; கவிதை, கதை, ஓவியம், சிற்பம், சட்டம், நீதி என்று எல்லாமே மேங்கோப்புகளே! இவையனைத்தும் சுரண்டும் வர்க்கமான ஆதிக்க வர்க்கத்துக்குச் சேவை செய்ய வந்தவையே என்று மனிதனின் சிந்தனைப் போக்கை மடை மாற்றம் செய்தது மார்க்சியம்!

மார்க்சின் பிறப்பு மாந்த குலத்தை முன்னெடுத்துச் செல்வதற்கு ஆற்றிய தொண்டு அளப்பரியது.

ஆகவே மார்க்சியப் பார்வையுடைய ஓர் ஆய்வாளன் கருத்தில் கொள்ளப்பட வேண்டியவனே!

இயக்கமும் இலக்கியப் போக்குகளும் என்னும் நூலில் கோ. கேசவன் கண்ணதாசன் கவிதை ஆய்வினை மேற்கொள்கிறார்.

அதில் எழுதுகிறார்:

> ‘இவர்கள் (கண்ணதாசன்போன்றவர்கள்) வாழ்க்கையை நம்பிக்கையோடு பார்ப்பதில்லை; வாழ்வின் அரை உண்மை களை (half-truth) எடுத்துச்சொல்லி மக்களைக் குழப்பத்தில் ஆழ்த்துகிறார்கள். வாழ்வை எப்போதுமே மரணபயத்தொடு சந்திக்கிறார்கள்.’

இயக்கமும் இலக்கியப் போக்குகளும், ப.74

வாழ்க்கையை நம்பிக்கையோடு பார்க்கச் சொல்கிறார் கேசவன்!

நம்பிக்கையோடு பார்ப்பதென்பது எது? சாவைப் பொய்யென்று கருதுவதா? இவற்றையெல்லாம் பொய்யென்று கருதுவதுதான் முழு உண்மையா? மற்றவையெல்லாம் அரை உண்மைகளா? துயரம்தான் வாழ்வின் சாரம் என்று அறிந்து சொல்லப்படுவது துயர்நீக்கத்துக்கான வழியைத் தேடுவதற்குத்தானே!

நம்பிக்கை, நம்பிக்கை என்று சகசரநாமம் பாடுகின்ற கேசவன் அந்தச் சொல்லே உண்மையை நிறுவமுடியாத நிலையில்

பிறக்கின்ற சொல்தான் என்று அதன் பலவீனத்தை அறிய வில்லையா?

வாழ்க்கை துயரமற்றது என்று உறுதிபடச் சொல்லாமல், அவ்வாறு நம்பு என்று கேசவன் சொல்வது அறிவுப் பார்வையா?

சங்கராச்சாரியாரும் மார்க்சியவாதி கேசவனும் எதிரும் புதிரு மானவற்றை 'நம்பு' என்று சொன்னாலும், உண்மை உறுதிப் படாத நிலையில்தானே அந்தச் சொல்லைப் பற்றிக் கொள் கிறார்கள். நம்பிக்கை என்பதே உண்மைகுறித்த ஐயப்பாடான நிலைதானே! பகுத்தறிவாளர்கள் தங்கள் நம்பிக்கைகளைக் காப்பாற்றிக்கொள்ள இயல்பான மக்களின் நம்பிக்கைகளை மூட நம்பிக்கைகள் என்று அடித்துச் சொல்லிவிட்டார்கள்; இது சூழ்ச்சியில்லையா?

> 'கண்ணதாசனின் 'இருந்து பாடிய இரங்கற்பா' ஒரு விபரீதக் கற்பனை. இந்த விபரீதக் கற்பனைகள் மனிதனைச் செயலிழந்த வனாக, நன்மைக்கும் தீமைக்கும் வித்தியாசம் பார்க்க வேண்டாதவனாக மாற்றியமைத்து விடுகிறது.
>
> நன்மைகள் தீமைகள் நடப்பன யாவையும் சக்கரச் சுழற்சியில் சமமெனக் கருதுநீ.'
>
> *மேற்படி: ப.74*

கோ.கேசவன் கண்ணதாசனைப்பற்றி நிறுவ நினைத்த கருத்துக்கு மேற்போக்காகப் பாடலைத் தேடியபோது, அவர் கண்ணில் பட்ட வரிகளே மேலே கண்டவை.

மேலும் எழுதுகிறார் கேசவன்:

> 'இந்தச் சமுதாயத்தில் வலியோர் சிலர் எளியோர் தமை வதையே புரிகிறபோது, நன்மையையும், தீமையையும் சம மாகக் கருதும்படி அத்துவைத சித்தாந்தம் போதித்திருக்கிறார் கண்ணதாசன்!'
>
> *மேற்படி: ப.74*

இது பாட்டில் காணப்படாத பொருள்; இதைக் கற்பித்துக் கொண்டு குற்றஞ்சாட்டுகிறார் கேசவன்.

உண்மை அஃதில்லை. அந்தப் பாடல் விதிக் கோட்பாட்டை நிறுவ வந்த பாடல்தான்! விதிக் கோட்பாட்டை கேசவன்

162 / பழ. கருப்பையா

மறுப்பதென்பது வேறு; ஆனால் வலியவர் எளியவரை மிதிப் பதைக் கண்ணதாசன் உடன்பட்டார் என்று தவறாகப் பொருள் கொள்வது வேறு.

'உங்களுடைய முடிகளும் எண்ணப்பட்டிருக்கின்றன' என்று சொன்ன ஏசு விதிக்கோட்பாட்டாளர்தான். ஆனால் ஊசியின் முனையில் ஒட்டகம் நுழைந்தாலும் பணக்காரன் சொர்க்கத்துக் குள் நுழைய முடியாது என்று எதிர்க்கொடி பிடிக்கவில்லையா! பணக்காரனுக்கு எதிரான முதற்கலகக் குரல் இறைமகன் ஏசுவிடமல்லவா பிறந்திருக்கிறது!

விதி என்பது நடந்து முடிந்த ஒன்று பாதகமாக அமையுமானால், மனம் நொறுங்கி விடாமல் அமைதிப்படுத்திக் கொள்வதற்காக வகுக்கப்பட்ட கொள்கையேதவிர, வலியவன் எளியவனை வதைப்பதை ஏற்றுக் கொள்ளுமாறு செய்வதற்கு வகுக்கப்பட்ட கொள்கை அன்று.

விவேகானந்தரும் ஓர் அயல்நாட்டவரும் கப்பலின் மேல் தளத்தில் நின்று பேசிக் கொண்டிருந்தார்களாம். அப்போது வெளிநாட்டுக்காரர் விவேகானந்தரிடம், 'உங்களைத் தூக்கிக் கடலில் வீசி விடுகிறேன்; விதி என்று ஏற்பீர்களா?' என்று கேட்டாராம்!

அதற்கு விவேகானந்தர், 'நீங்கள் என்னைத் தூக்கி வீச முயல் வீர்கள்; நான் தப்பிக்க முயல்வேன்; இந்தப் போராட்டத்தில் ஒருவேளை நானே உங்களைத் தூக்கிக் கடலில் வீசிவிடலாம்; ஆகவே யாருடைய விதி எதுவென்று போராட்டம் நடந்து முடிந்தபிறகே தெரியவரும்; விதி என்பது முன்கூட்டியே அறியப்பட முடியாதது' என்று சொன்னாராம்!

ஆகவே முயற்சிக்குப் பிறகும், போராட்டத்துக்குப் பிறகும் ஏற்படும் தோல்வி, மனித மனத்தினை நொறுக்கி விடாமல் காப்பதற்குக் கண்டறியப்பட்ட அதிர்ச்சி தாங்கி (Shock obsorber) கொள்கைதான் விதிக் கொள்கை. கண்ணதாசனை விளங்கிக் கொள்ள அந்தப் பாட்டிலுள்ள பிற வரிகளையும் சேர்த்துப் படிப்பது உகந்தது:

'ஏறுவர் இறங்குவர்; இறங்குவர் ஏறுவர்;
வாழுவர் தாழுவர்; தாழுவர் வாழுவர்!
காரணம் விதியெனக் கழறுவர் எல்லையால்!

விதியெனும் ஒன்றை நீ வெல்வதும் உண்டுகாண்
வெல்வதுன் விதியென வேதன் விதித்தால்!
நன்மைகள் தீமைகள் நடப்பன யாவையும்
சக்கரச் சுழற்சியில் சமமெனக் கருதுநீ!'

V: பாடல் 11

நன்மைகள் தீமைகள் என்பவை ஒருவனின் வாழ்வில் நிகழும் சாதக பாதகமான விளைவுகளைக் குறிக்கின்றன. இரண்டையும் சமமாகக் கருது என்று சொல்லப்படுவதன் நோக்கம், சாதக மானதுதானே என்பதற்காகக்கூட மனம் மகிழுதல் கூடாது என்பதற்காகத்தான்! மனித ஆற்றல் வரம்புக்குட்பட்டது; முயன்று பார்த்தாய்; வெற்றி வந்தது; இன்னொரு முயற்சியில் தோல்வியும் வரும்!

தோல்வியில் கலங்காதே என்று சொல்ல எவனுக்கும் தெரியும்; வெற்றியில் மகிழாதே என்று சொல்லத் தமிழுக்கு மட்டுமே தெரியும்!

வெற்றியிலும் தோல்வியிலும், ஏற்றத்திலும் இறக்கத்திலும், வாழ்விலும் தாழ்விலும், நன்மையிலும் தீமையிலும் மனச் சமநிலையோடு நடந்துகொள்; இவை அனைத்தும் சக்கரச் சுழற்சியில் மாறிவரும் தன்மை உடையன என்று கண்ணதாசன் பேசுவது அறிவார்ந்த பேச்சல்லவா!

தீமை என்பது சுரண்டலைக் குறிக்கிறது என்று பொருள் கொண்டு, அதை ஏற்றுக்கொள்ளச் சொல்லிவிட்டார் கண்ண தாசன் என்று குதியாகக் குதிக்கிறார் கோ.கேசவன்.

சொல்லாத சொல்லையும், குறிக்காத பொருளையும் கொண்டு ஆய்வு நிகழ்த்துகிற கேசவன் மனச்சாய்வுடனேயே கண்ண தாசனைத் தொடக்கம் முதல் அணுகுகிறார்.

'வகுப்புவெறி பற்றியெல்லாம்
வாயாரப் பேசுகிறீர்!
வர்க்கப்போர் பற்றி உங்கள்
வாயேன் திறப்பதில்லை?
எத்தனைதான் நீங்கள்
எதிர்ப்புரட்சி செய்தாலும்

பத்தாண்டுக் குள்ளாகப்
பணத்தொந்தி சாய்ந்துவிடும்!'

IV: பாடல் 27,
'ஓஓ மனிதர்களே...!'

இது வலியோர் எளியோரை வதை செய்வதற்கு ஆதரவான **சித்தாந்தமா? எதிரான சித்தாந்தமா? சொல்லட்டுமே கேசவன்!**

கேசவனின் குற்றச்சாட்டுகள் இன்னும் பல!

'பெண்களின் உருவ எழில்களை வருணிப்பதிலே சுகங்காணு கிறார் கண்ணதாசன். பெண்களை அழகுப் பொருள்களாக, 'வாராழி கலசங்கள் தேரேறி வரும் வடிவங்களாகப்' பார்க்கிறார்.'

மேற்படி: ப.76

பெண்ணைத் தேராகவும், அவளுடைய அழகிய மார்பைக் கலசங் களாகவும் பார்க்கின்ற கண்ணதாசனின் பார்வை தமிழுக்குப் புதியதன்றே!

'கல்லாதான் சொற்காமுறுதல் முலையிரண்டும்
இல்லாதாள் பெண்காமுற் றற்று'

(402)

'கல்வியில்லாதான் சொல்லுதற்கு ஆசைப்படுதல், இரண்டு முலையுமில்லாதாள் பெண்மைக்குக் காமுற்றாற் போலும் என்றவாறு.

இது தன்னாசையல்லது, சொன்னாலும் விரும்புவாரில்லை என்றது.'

-மணக்குடவர் உரை

'அவாவியவழிக் கடை போகாது; போகினும் நகை விளை விக்கும் என்பதாயிற்று!'

-பரிமேலழகர் உரை

கல்லாமை அதிகாரத்தில் காமத்தொடர்புடைய உவமை ஏன்?

சாய்வறியாத இளமுலைகளைப் பெறாதவளுக்கு ஆணைச்
சுண்டியிழுக்கும் ஈர்ப்பாற்றல் இல்லையென்பதால் அவளுடைய
காமம் கடைபோகாது என்று உவமைப்படுத்தாமல் கல்லாதான்
சொல் கடைபோகாத் தன்மையை இந்த வள்ளுவனுக்கு விளக்க
முடியாதா?

பெண் என்ன போகப் பொருளா? வள்ளுவனுக்குப் புத்தி
இருக்கிறதா?

குறிப்பிட்ட இடத்தில் அவளுடைய சதைத் திரட்சிக் குறைவைக்
குறித்துப் பேசுகிற வள்ளுவன் நிலப் பிரபுத்துவக் கலாச்
சாரத்தைச் சேர்ந்தவனாகத்தான் இருக்க முடியும்!

வள்ளுவனைப்பற்றிப் பேச நேரிட்டாலும் இவ்வாறுதான்
பேசியிருப்பார் கேசவன்!

பெண்களின் உருவ எழில்களை வருணிப்பது பெண்ணை
அடிமைப்படுத்துவோன் செயல் என்று கண்ணதாசனைக் கண்டிப்
பவர் வள்ளுவனைமட்டும் விட்டு விடுவாரா?

> 'கடாஅக் களிற்றின்மேல் கட்படாம் மாதர்
> படாஅ முலைமேல் துகில்'

> *(1087)*

பெண்ணின் சாயாத முலைகளின்மீது ஒரு துணி இருந்ததோ நான்
பிழைத்தேனோ என்று கண்ணதாசனெல்லாம் பிச்சை வாங்குபடி
பாடியவனாயிற்றே வள்ளுவன்!

மேலும் சொல்கிறார் கேசவன்:

> 'கண்ணதாசன் பெண்களை அழகுப் பொருட்களாகப்
> பார்க்கிறார்.'

> *மேற்படி ப. 77*

பெண்ணைப் 'பொருளாகப்' பார்க்கிறார் கண்ணதாசன் என்பது
உவமைத் திரிபு.

பெண்ணின் அழகை வருணிப்பதோ, பெண்ணின் முலைகளின்
மீது ஆணின் கண்கள் தைப்பதோ ஆணாதிக்கம் என்ற கேசவனின்
பேச்சை, வாதத்துக்காக உடன்படலாம்!

பெண்ணின் கண்கள் ஆணின் தோள்களில் தைப்பதாகவும் பாடப்பட்டிருக்கிறதே; இது என்ன ஆதிக்கம்? பெண்ணாதிக்கமா? இப்போது ஆண் 'அழகுப் பொருளாகி' விட்டான் என்று சொல்ல முன்வருவாரா கேசவன்?

'தோள் கண்டார் தோளே கண்டார்
தொடுகழல் கமலமன்ன
தாள் கண்டார் தாளே கண்டார்
தடக்கை கண்டாரும் அஃதே'

கம்பராமாயணம், பாலகாண்டம்: உலாவியற் படலம்: 19

பெண்ணின் கண்கள் ஆணின் தோளில் தைத்ததாகப் பாடுகின்ற கம்பன் ஓர் ஆண்தானே! இதை எப்படி ஏற்க முடியும் என்றுகூட அவர்கள் கேட்கலாம்!

கண்ணன் ஊதுகின்ற சங்காகப் பிறந்திருந்தால் அவனுடைய வாய் எச்சிலைச் சுவைத்திருக்கலாம் என்று ஆண்டாள் பாடுகிறாளே; அவள் பெண்தானே! ஆண்டவனையே படுக்கைக்கே இழுத்த ஆண்டாளை எந்தப் பட்டியலில் சேர்ப்பது? பெண்ணாதிக்கப் பட்டியலிலா?

'பெண்களின் உருவ எழிலை வருணிப்பதில் சுகம் காணுகின்றார் கண்ணதாசன்' என்று வருணிப்பதையே குற்றப்படுத்தும் கேசவன்.

'விழுந்தது லிங்கம்; விரிந்தது யோனி!'

என்னும் திருமந்திரப் பாடல் குறித்து என்ன சொல்வார்?

இதிலும் செயல்படுவது லிங்கம்தான். பெறுவதுதான் யோனி. ஆகவே இது திட்டவட்டமான ஆணாதிக்கமாகத்தானே இருக்க முடியும்.

கண்ணதாசனிடம் பெண்குறித்த சில சிந்தனைப் பிறழ்ச்சிகள் வடமொழித் தாக்கத்தின் காரணமாக 'அர்த்தமுள்ள இந்து மதத்தில்' காணப்படுகின்றன எனினும், பெண்ணை வருணிப்பது பிழை என்று தமிழ் கண்ணதாசனுக்குக் கற்றுக் கொடுக்க வில்லை; அது பிழை என்றால் கண்ணதாசனின் பிழையில்லை; தமிழின் பிழை.

தமிழன் அகத்திணை கண்டவன்; பெண்ணைத் தனக்குச் சமமாகக் கருதியவன் என்பதைவிடத் தன்னிலும் உயர்வாகக் கருதியவன் என்பதே சரியான பார்வை. பெண்ணைப் பாடியே தமிழ் முழு வதையும் செலவழித்து விட்டவன்! பெண்ணாகிய ஔவை நீடு வாழ நெல்லிக்கனி கொடுத்து, ஆணாகிய அதியமான் தன் வாழ்வைச் சுருக்கிக்கொண்டது ஆணாதிக்கத்தின் அடையாளமா?

இவை ஒரு புறமிருக்கட்டும்!

'வாராழி கலசங்கள்
தேரேறி வருகின்ற
வடிவங்கள் சொர்க்கமிலையோ!'

V: பாடல் 2, 'மாதரைப் பாடுமனமே!'

இவ்வாறு கண்ணதாசன் பெண்ணின் அழகைப் போற்றுவதையே பாலுணர்வு நசிந்து போயிருப்பதைக் காட்டுகிறது என்கிறாரே கேசவன்!

போற்றப்படாத பெண் ஏங்கிச் செத்துப் போய்விடுவாள் என்ற நடப்பு உண்மை கேசவனுக்குத் தெரியாதுபோலும்!

லெனின் குரூப்சுகயாவை நலம் புனைந்துரைத்ததற்கான தடயங் கள் கேசவனுக்குக் கிடைக்காதவரை கண்ணதாசன்களின் நிலை கவலைக்கிடம்தான்!

கண்ணதாசன் குடித்த மதுதான் அவருடைய கவிதையாக்கத்துக் கான உயிர் ஊற்று என்பதுபோன்ற திறனாய்வு ஒருபுறம்!

பெண்ணின் அழகை வருணிக்கிற கண்ணதாசன் ஓர் ஆணாதிக்கக் காரர் என்பதுபோன்ற திறனாய்வு இன்னொருபுறம்!

இப்படிக் காரணமில்லாத காரணங்களுக்காகப் பாராட்டப்படு வதும், பழிக்கப்படுவதுமான இருவேறு நிலைகளுக்கிடையே தான் தன்னை நிலைப்படுத்திக்கொள்ள வேண்டியவராகக் கண்ணதாசன் இருக்கிறார்!

17

காலத்தின் வெளிப்பாடு

இருபதாம் நூற்றாண்டுப் பாவலர்களில் எடுத்த பேனாவை மூடாமல் எழுதியவர் கண்ணதாசன் ஒருவராகத்தான் இருக்க முடியும்; மரணம் மட்டுமே அந்த ஊற்றை அடைக்க முடிந்தது!

18 வயதில் தொடங்கிய எழுத்து வாழ்க்கை 54 வயதில் முடிந்து விட்டது. இதற்குள் அவர் எழுதாத நாளே இல்லை என்னும் அளவுக்கு எழுதிக் குவித் திருக்கிறார்!

கவிதைத் தொகுதிகள் ஏழு; குறுங் காவியங்கள் ஆறேழு; திரைப் பாடல்கள் ஏறத்தாழ ஐயாயிரம்; ஏசு காவியம் என ஒரு முழுக் காவியம்; இவை போக அர்த்தமுள்ள இந்துமதம் பல பாகங்கள்; கதை நூல் கள்; கட்டுரை நூல்கள் என்று பொழுது விடிந்து பொழுது போனால் எழுதுவதே வேலையாக இருந்திருக்கிறார்.

இவற்றுக்கிடையே பத்துக்கும் மேற்பட்ட படங் களுக்குக் கதை, உரையாடல்வேறு தீட்டியிருக்கிறார்; சொந்தமாகத் தாளிகைகள் நடத்தியிருக்கிறார்; ஆற்றலான பேச்சாளன் என்றவகையில் மாலைப் பொழுதை மைதானங்களில் செலவிட்டிருக்கிறார்.

அதிகாரப்பூர்வமாக இருவரை மணந்திருக்கிறார்; இருவரிடமும் வேற்றுமை பாராட்டாமல் ஏழேழு

பிள்ளைகள் பெறச் செய்திருக்கிறார். இவர்கள் நீங்கலாக துர்க்மேனியா தொடங்கித் தாய்லாந்துவரை அவர் தொட்டுப் பழகிய தோழிகள் எத்தனையோ!

மதுவில் குளித்துக் களித்திருக்கிறார்; தமிழ்நாட்டு அரசியலின் கண்ணில் விரலை விட்டு ஆட்டியிருக்கிறார்!

வெள்ளமாகப் பொருளீட்டி வெள்ளமாக அழித்துமிருக்கிறார்!

இவ்வளவு எழுத்தும் பேச்சும் கூத்தும் கும்மாளமும் முப்பத் தைந்து ஆண்டு கால அளவுக்குள் நடந்து முடிந்து 54 வயதில் பயணப்பட்டு விடுகிறார்.

நெடிய பெரிய உருவம்; பரந்த நெற்றி; அதில் பளிச்சிடும் குங்குமம்; காலில் பின்னிக்கொள்வதைத் தவிர்க்க வேட்டியின் ஒரு முனையைத் தூக்கிப் பிடித்துக்கொண்டு அவர் தேர்போல் அசைந்து வரும் அழகு!

எப்போதும் மாறாத சிரிப்பு; அகத்தில் இருள் இன்மையால் முகத்தில் மிளிரும் களை; உடன் உரையாடுபவர்கள் யாராயினும் அவர்களைப் பெருக்கியும், தன்னைச் சுருக்கியும் காட்டி உரையாடும் அவருடைய அடக்கம்!

இவையெல்லாந்தான் கண்ணதாசன்!

இன்று அவர் இல்லை; இல்லாமல்போய் இருபது ஆண்டுகள் உருண்டுவிட்டன.

மனைவிமார்க்குத் தழுவிக் கொள்ளக் கொழுநன் இல்லை;

மக்களுக்கு ஈட்டித்தரத் தந்தையில்லை.

உடல்வழியே பயனடைந்தவர்களுக்கு அவர் முற்றுமாக இல்லாது போய்விட்டார்!

ஆனால் கவிதைவழியே பயனடைந்தவர்களுக்கு அவர் இன்னும் இருக்கிறார்!

இருபதாம் நூற்றாண்டின் பிற்பகுதி இலக்கியம் இவரையே மையம்கொண்டிருந்தது. கண்ணதாசன் பாட்டெழுதுவது என்பது மூச்சை இழுப்பதும் விடுவதுமான செயல்போல மிக இயல்பாக நடந்திருக்கிறது. விழித்திருக்கும் நேரமெல்லாம்

எழுதியிருந்தால்தான் இவ்வளவு குறுகிய காலத்துக்குள் இவ்வளவு வெள்ளம் எழுதியிருக்க முடியும்!

இவ்வளவு வெள்ளமாக எழுதியது கண்ணதாசனின் அளப்பரிய பாப்புனையும் திறத்தை ஒருபுறம் வெளிப்படுத்துகின்ற அதே நேரத்தில், கண்டது கடியது என்று எல்லாவற்றையும் பாடித் தீர்த்த காரணத்தால், படிப்பவனைத் தேர்வு செய்து படிக்கும் நிலைக்குக் கண்ணதாசன் தள்ளிவிடுகிறார்!

இந்தக் கூத்திலேயே பெருங்கூத்து ஒரு கட்டத்தில் வறட்சி நீங்க மழை பெய்யும்படிவேறு பாடத் தொடங்கிவிடுவதுதான்.

ஆனால் வேண்டிக்கொண்டபடி மழை பெய்ததாகத் தெரிய வில்லை. அது கண்ணதாசனின் பாட்டின் குற்றமில்லை; மேகத் துக்குத் தமிழ் தெரியாக் குற்றம்!

இதுபோல் அளவில்லாமல் பாடுவது மலைப்பைத் தருமே ஒழிய மதிப்பைத் தரும் என்று சொல்லிவிட முடியாது.

கணியன் பூங்குன்றன் ஒரே ஒரு பாடல்தான் எழுதியிருக்கிறான்; அதுவும் மொத்தமே பதினான்கு வரிதான் எழுதியிருக்கிறான்; அத்தோடு எழுத்தாணியை மடக்கி விட்டான்!

பன்னிரண்டாயிரம் விருத்தப் பாக்களை எழுதிய கம்பனும் நிற்கிறான்; பதினான்கே வரிமட்டும் பாடிய கணியன் பூங்குன்றனும் நிற்கிறான். 'யாதும் ஊரே யாவரும் கேளிர்' என்னும் பாட்டு விரல் சூப்புகிற பிள்ளைக்குக்கூடத் தெரியுமே!

வான்புகழ் வள்ளுவன் தன் வாழ்நாள் முழுதும் சிந்தித்து எழுதிய நூல் ஒன்றேயொன்றுதான். அவன் எழுதிய மொத்த அடிகள் இரண்டாயிரத்து முந்நூற்று இருபத்தேழரைதான்! இன்றைய எழுத்தாளனோடு ஒப்பிட்டால் வள்ளுவன் கவலைக்குரியவனே!

நிறைய எழுதியவர் அருட்பிரகாச வள்ளலார்; ஆறு திருமுறைகள் எழுதிக் குவித்தார்.

வள்ளலார் முதல் ஐந்து திருமுறைகளையும் பாடிய காலம் தன்னுடைய அறியாமைக் காலம் என்று கூறி அவற்றைக் கழித்துவிடச் சொல்லும்போது, கண்ணதாசனில் கழிவு வருவது வியப்பா?

பொதுவாக இருபதாம் நூற்றாண்டு மீண்டும் ஒரு கவிதைக் காலம்! கவிஞன் என்றால் ஏதோ தாயின் கருப்பையில் கூடுதலாக இரண்டு மாதம் தங்கி உருவாகி வந்தவன் என்பதுபோன்ற பெரு மிதம் கவிதை எழுதத் தெரிந்த எல்லாரிடமும் காணப்பட்டது.

ஈசல்களின் பெருக்கம்போல் கவிஞர்களின் பெருக்கம் காணப் பட்டது. போட்டி போட்டுக்கொண்டு ஆளுக்கொரு கவிதை நூல் வெளியிடுவது காலத்தின் நாகரிகமாகியது.

சுரதா கவிதைகள், கா.மு.செரீப் கவிதைகள், கம்பதாசன் கவிதைகள், வாணிதாசன் கவிதைகள், முடியரசன் கவிதைகள் என்று ஒவ்வொரு கவிஞனின் பெயரிலும் உதிரிப் பாடல்களின் தொகுப்பாகக் கவிதை நூல்கள் வெளியாயின.

அந்தந்தக் காலங்களில் அவை மக்களால் அறியப்பட்டும் இருந்தன; அவர்களின் பாக்கள் குறையுடையனவும் அல்ல. ஆனாலும் பல பாவலர்கள் மக்கள் நாவில் தொடர்ந்து வழங்காமல் போனதற்குக் காரணம் அவர்கள் பாடிய செய்தியும் பாடியவிதமும் ஒரே மாதிரியாக இருந்ததுதான்!

கண்ணதாசனுக்கு வாய்த்த திரைப்பட ஊடகம் பிற பாவலர் களுக்கு வாய்க்காமல் போனதால் கண்ணதாசனின் உயரத்தைப் பிறர் எட்ட முடியவில்லை என்று கருதுவோரும் உண்டு.

தஞ்சை இராமையாதாசுக்கும் உடுமலை நாராயண கவிக்கும் பாபநாசம் சிவனுக்கும் அந்த ஊடகம் கிட்டியது; பயன் கிட்டியதா? பணம்தான் கிட்டியது!

இருபதாம் நூற்றாண்டுக் கவிஞர்களிடம் காணப்பட்ட ஒரு புதுமை அவர்கள் பெரும்பாலும் நிறுவனச் சார்புடையவர்கள் என்பதுதான். அவர்கள் கட்சிகளோடு பின்னிப் பிணைந்திருந் தார்கள். இவர்கள் குறுகிய காலத்தில் தங்கள் இடத்தை உறுதிப் படுத்திக்கொள்ள முடிந்தமைக்கு ஒரு வகையில் கட்சிகள் காரண மாக இருந்தன. இவர்கள் பாடியது தங்களுக்குப் புரியவில்லை எனினும் இவர்களுக்கு வாழ்த்து முழக்கமிட ஒரு கூட்டம் காத்திருந்தது.

நடிகர்களே தங்களின் நிலைபேற்றுக்குக் கட்சிகளைச் சார்ந் திருக்க வேண்டியவர்களாக இருந்தனர். M.G.R.-உம் சிவாசியும் தொழில்போட்டிக்கு உறுதுணையாக எதிரெதிர்க் கட்சிகளைச்

சார்ந்து நின்றதால், இவர்தம் சுவைஞர்களும் இரண்டாகப் பிளவுபட்டு நின்றனர்.

சிவாசியின் சுவைஞர் M.G.R. படம் பார்த்ததில்லை என்று சொல்லத்தக்க அளவுக்குச் சுவையுணர்விலும் பத்தினித் தன்மை பதிக்கப்பட்டது.

இப்படி எல்லா நிலையினரையும் ஆட்டிப் படைக்கும் அசுர சக்தியாகக் கட்சி திகழ்ந்தது. ஓர் எளிய மனிதன் ஒரு கட்சியில் உறுப்பினராவதன்மூலம் நிறுவனப் பாதுகாப்பைப் பெற்றான். உற்றார் உறவினரற்ற ஒற்றை மனிதனுக்குக் கட்சி உறவாக வந்தமைந்து மொய்ப்பணம்வரையிலும் எழுதியது. ஒரு வழக்குரைஞன் கட்சிவழியாகப் பல கட்சிக்காரர்களைப் (clients) பெற்றுத் தொழிலை நிலைப்படுத்திக்கொள்ளமுடிந்தது. ஒரு நடிகனோ, கவிஞனோ போற்றுவோர் கூட்டத்தைப் பெற்றுத் தங்கள் இடங்களை உறுதிப்படுத்திக்கொள்ளமுடிந்தது.

இப்படி எல்லோருக்கும் ஒவ்வொரு வகையில் உதவுகின்ற கட்சி அதற்கு மாற்றாக அவர்களுடைய முழு விசுவாசத்தைக் கோருவது இயற்கைதானே!

அப்படி விசுவாசம் காட்டுவோர்க்குப் பரிசாகக் கட்சி பல பதவிகளை வழங்கும். ஆளுங்கட்சியாக அது இருக்க நேரிட்டால், அவர்களுடைய விசுவாசத்தின் அளவுக்குத்தக, அவர்கள் அடைகின்ற நாற்காலிகளின் உயரமும் அமையும். கட்சிக்கு விசுவாசம் என்பது ஏறத்தாழத் தலைவனுக்கு விசுவாசமாகவே நடைமுறையில் இருக்கும். ஆகவே தலைவனை எதிர்ப்ப தென்பது நடைமுறையில் இயலக் கூடியதாக இருக்காது.

கண்ணதாசனின் வளர்ச்சிக்குக் கட்சி ஓர் அடித்தளமாக அமைந் தது மறுக்கவொண்ணாதது. கண்ணதாசனைக் கட்சி வளர்த்தது. கட்சியைக் கண்ணதாசனும் வளர்த்தார்.

கண்ணதாசன் மட்டுமில்லை; இன்னும் முடியரசன் போன்ற பலர் தி.மு.க. கவிஞர்களாகத் திகழ்ந்தனர். கா.மு. செரீப் தமிழரசுக் கழகக் கவிஞராகத் திகழ்ந்தார். பொதுவுடமைக் கட்சியினரோ, பாரதி உருசியா என்று ஒருமுறை சொல்லிவிட்ட காரணத்தால் அவன் தங்கள் கட்சிதான் என்று சாதித்தனர்!

இயக்கச் சார்பற்ற கவிமணி தேசிக விநாயகம் பிள்ளை, பாரதி அளவுக்கு ஏற்றம்பெற முடியவில்லை. காலம் முன்னிறுத்திய

அழுத்தமான செய்தியோ அநீதிக்கெதிரான ஆவேசக் குரலோ கவிமணியின் பாடல்களில் கேட்கவில்லை! அடிமைக் காலத்தில் விடுதலைக் குரலே வீறுபெற்ற குரலாகத் திகழ முடியும். எதையும் இயக்கமாக்கிய காலத்தில் இயக்கத்துக்கு வெளியே நின்று நிலைபெறுவது கடினமானதுதான்!

பாரதிதான் கட்சி சார்ந்து செயல்பட்ட முதற்பாவலன். 1907-ல் சூரத் காங்கிரசுக்கு ஒரு பிரதிநிதியாகப் போகிறான். அது கலவரத்தில் முடிகிறது. தீவிரவாதிகளும் மிதவாதிகளும் அணி பிரிந்து கை கலக்கின்றனர். நாற்காலிகள் உடைக்கப்படுகின்றன. செருப்புகள் பறக்கின்றன. முடிவில் காங்கிரசு மிதவாதிகளிடம் சிக்கிக்கொள்கிறது. பாரதி தீவிரவாதிகளின்பக்கம் சாய்கிறான். நியாயம் சிறுபான்மையாகவே இருக்கும். வெள்ளைக்காரனுக்கு மனுப்போட்டுக் கொண்டிருக்கிற கூட்டத்தில் நெருப்பனைய பாரதி ஒருவனாக இருக்கமுடியாது. மேலும் அவன் திலகரின் பக்தனும்கூட.

ஆனால் அடுத்தடுத்த காலங்களில் தத்துவார்த்தரீதியாகத் தலைகீழ் மாற்றம் நிகழும்போது, திலகரைக் கைவிட்டுக் காந்தியைப் பற்றிக்கொள்கிறான் பாரதி.

பாரதி எந்தக் கட்டுக்குள்ளும் அடங்கியவனில்லை. அந்த அடங்காமைதான் பாரதியைக் காலத்தைத் தாண்டி நிறுத்துகிறது.

அதேபோன்ற இன்னொரு நிகழ்வு இன்னொரு காலத்தில்.

திராவிட முன்னேற்றக் கழகத்தின் பொதுக்குழு 1961-இல் வேலூரில் கூடுகிறது. அதற்குப் பிரதிநிதியாகப் போகிறார் கண்ண தாசன். கட்சியின் ஒரு பிரிவினர் கட்சியைச் சுயசோதனைக்கு ஆட்படுத்த விரும்புகின்றனர். விளையாட்டாகப் பேசிவரும் திராவிட நாடு பிரிவினைக் கோரிக்கை கைவிடப்படவேண்டும் என்பது முன்வைக்கப்படுகிறது.

மாற்றம் வேண்டுவோரும் வேண்டாதோரும் கைகலக்கின்றனர்; வன்முறை தலைதூக்குகிறது; நாற்காலிகள் உடைபடுகின்றன. செருப்புகள் பறக்கின்றன.

நம்பாத கொள்கையையே தொடர்ந்து சொல்லிக் கொண்டிருக்கு மாறு ஒரு கூட்டத்தை விட்டுவிட்டு, ஒரு சிறுபான்மைக் கூட்டம் வெளியேறுகிறது. கண்ணதாசன் அதில் தலையாய ஒருவர்!

'செண்டாக வந்த செருப்பு' என்று தன்னை நோக்கி வீசப்பட்ட செருப்பைப் பாடுபொருளாக்கி ஓர் ஈற்றடி கொடுத்துத் 'தென்றலில்' வெண்பாப் போட்டி நடத்துகிறார் கண்ணதாசன்.

சமூக நன்மை குறித்த பயணத்தில் நம்பிக்கைகள் பொய்த்துப் போகும்போது, சண்டைகளும், பிளவுகளும் தவிர்க்கவொண் ணாதவை. அத்தகைய சூழலில் கூட்டத்தோடு கோவிந்தா போடு கிறவர்களே எண்ணிக்கையில் கூடுதலாக இருப்பர். சிறு பான்மைக் கூட்டம் மாறுதல் விரும்பும் கூட்டமாக இருக்கும். சிறு பான்மைக் கூட்டத்தில் ஒருவனாக இருப்பதற்கு மன உரம் வேண்டும்; இழப்புக்கு அணியமாய் இருக்கவேண்டும்; உறவு களை உதறித் தள்ளும் மனநிலை வேண்டும்; கட்சி ஏணியில் அரும்பாடுபட்டு ஏறி அடைந்த இடத்தை இழக்க உடன்பட வேண்டும்.

அது எல்லோருக்கும் இயலாததுதான்; அதுவும் கட்சிக்கு கோட்டை காட்சிப்படுகின்ற தொலைவுக்கு வந்துவிட்ட பிறகு இயலவே இயலாததுதான்; ஆனால் ஒரு கவிஞனுக்கு அது இயன்றே ஆகவேண்டும். இல்லாவிடில் அவன் யாப்பறிந்து பாப் பாடிய கூட்டத்தில் ஒருவனாகச் சேர்த்து எண்ணப்பட்டுப் பாவலர் பட்டியலில் தொடர் எண் (Serial Number) தரப்பெற்ற மகிழ்ச்சியோடு போய்ச்சேர வேண்டியதுதான்! அப்படித்தான் ஏனைய கவிஞர்கள் இருந்தனர். அவர்களின் பெயர்கள் பட்டிய லில்தான் காணப்படுகின்றன. மக்கள் நாக்கில் பயிலப் பெற வில்லை.

நீரோட்டத்தோடு செல்கின்ற ஒருவனாக இல்லாமல் அதை மடைமாற்றம் செய்கின்ற ஒருவனாக இருப்பதே கண்ண தாசனைக் காலத்தைத் தாண்டி நிறுத்துகிறது.

காலம் பல தேவைகளைக் கொண்டது; தன் தேவைகளை நிறை வேற்றிக்கொள்ள அது தலைமைசான்ற பலரைக் கருவியாக்கிக் கொள்கிறது. எல்லாத் தேவைகளையும் ஒரு மனிதனைக் கொண்டே நிறைவேற்றிக் கொண்டுவிட முடியாது.

சமூகம் முரண்பாடுடையது; மோதல் அதன் இயல்பு. குனிந்தவன் நிமிர விரும்புகிறான். முதுகில் சவாரி செய்து இன்பங் கண்டவன் இறங்க மறுக்கிறான். ஆகவே மோதல் நிகழ்ந்தே தீரும். இது மார்க்சு சொன்ன பழைய செய்தி!

அடிமைப்படுத்திச் சுரண்டினான் ஆங்கிலேயன்; விடுபட விரும்பி யது இந்தியா. காலத்தின் தேவை தெரிந்து செயல்பட முன் வந்தான் காந்தி; தன் குறிக்கோளை எட்டியது நாடு.

வரலாற்றுக்கு எட்டாத காலந்தொட்டு சிறப்புற்றிருந்த தமிழன், கால வேறுபாட்டால் சூத்திரனாக இழிவுபடுத்தப்பட்டிருந்தான். காலத்தின் தேவை தெரிந்து செயல்பட வந்தார் பெரியார்; இழிவு நீங்கப் பெற்றான் தமிழன்.

இதுவே போதும்; இது ஒரு வரலாற்றுப் பணி. ஆனால் பெரியா ரால் சும்மா இருக்க முடியவில்லை. மீண்டும் வெள்ளைக்கார னுக்கு வால் பிடிக்கக் கிளம்பி விடுகிறார். இதற்கு முந்திய காலகட்டங்களிலும் இந்திய விடுதலைப் போருக்கு எதிராகச் செயல்பட்டவர்தான் பெரியார். ஆனால் தமிழனை மீட்கும் அரிய பணியும் காலத்தின் தேவை என்பதால் அவருடைய விடுதலை எதிர்ப்புப் போக்கு பொருட்படுத்தப்படவில்லை.

இப்போது தமிழன் சூத்திர நிலையிலிருந்து மீட்கப்பட்டு விட்டான்; நாட்டு விடுதலையும் பெறப் போகிறான். இனிப் பொருளாதார விடுதலையிலிருந்து, அடிப்படை உரிமைகள் (Fundamental Rights) வரை அனைத்தையும் பெற்றாக வேண்டும்.

இந்தச் சமயத்தில் போய் இந்தியா விடுதலை அடையும் நாளை 'துக்க நாள்' என்று அறிவித்தார் பெரியார். வெள்ளைக்காரன் கோபித்துக்கொள்ளாமல் தமிழ்நாட்டை மட்டுமாவது ஆண்டு அருள் பாலிக்கவேண்டும் என்று விண்ணப்பித்துக் கொண்டார்!

இது படுமோசமான தேக்கநிலை!

விடுதலை இயக்கத் தலைவரான பெரியார், முகம்மது அலி சின்னாவைப்போல் போராடித் திராவிட நாட்டை வெள்ளைக் காரனிடமிருந்து பிரித்து வாங்கி இருக்கவேண்டும்; அல்லது விடுதலை பெற்ற இந்தியாவுக்குள் திராவிட நாடும் அடக்கம் என்று விட்டொழித்திருக்கவேண்டும்!

இரண்டையும் செய்யாமல் வெள்ளைக்காரனே தொடர்ந்து ஆள வேண்டுமென்று விண்ணப்பம் போட்டது கேலிக்குரியதாகி விட்டது.

இது அடிமையாக இருப்பதுகுறித்த கவலையைவிட யார் ஆண்டானாக இருக்கவேண்டும் என்னும் கவலையே பெரியா ருக்கு மிக்கிருந்ததைக் காட்டுகிறது.

பெரியார் தேங்கி விட்டார்!

காலத்துக்கு எந்தப் பரிவுமில்லை; அது அவரை அங்கேயே விட்டுவிட்டு முன்னோக்கி நடக்கிறது.

பெரியாருக்கு எதிராக அண்ணா இந்திய விடுதலையை வர வேற்கிறார். இது அண்ணாவின் போக்கிலே ஏற்பட்டிருக்கும் தலைகீழ் மாற்றத்தைக் காட்டுகிறது. வரலாறு மடங்கித் திரும்பப் போவதற்கான நிலைமாற்றக் கட்டம் இது!

குத்தூசி குருசாமியைப்போல் பெரியாருக்கு விசுவாசமாக இருப்பதையே அண்ணா வாழ்க்கை நோக்கமாகக் கொண்டிருந் தால், வீரமணியின் இடத்தில் அண்ணா இருந்திருப்பார். காலம் அண்ணாவைக் கைவிட்டிருக்கும். ஒரு வரலாற்றுப் பாத்திரத்தை அண்ணா தவற விட்டிருப்பார்.

பெரியாரைப் புறந்தள்ளிவிட்டு இந்தியாவின் விடுதலையை அண்ணா வரவேற்றபோதே, ஒரு வகையில் தேசியத்தை நோக்கிய அண்ணாவின் பயணம் தொடங்கி விட்டது என்றுதான் சொல்லவேண்டும். ஆனால் அது வெளிப்படையாக வெளிப்படு வதற்கு மேலும் பதினைந்து ஆண்டுகள் தேவைப்பட்டன. அதுவரையிலும் அவர் கரந்துறையும் தேசியவாதியாக (crypto nationalist) திராவிட நாடு பேசிக் கொண்டிருக்கிறார்!

இப்போது புதிய கட்சி பிறந்து விட்டது. நம்மை நாமே ஆண்டு கொள்ளும் நிலை தோன்றிவிட்டமையால், அதற்கேற்ப தி.மு.க. வின் கொள்கைகள் திருத்தி வடிவமைக்கப்பட்டன.

பார்ப்பன எதிர்ப்பு, பார்ப்பனிய எதிர்ப்பாகத் திரிந்தது; ‘ஒருவனே தேவன்’ என்ற கருத்து முன்வைக்கப்பட்டு நாத்திகம் கை கழுவப்பட்டது. தேர்தலைநோக்கித் தேரைச் செலுத்துவதற் கான முன் தயாரிப்புகள் இவையெல்லாம்!

பெரியாரை வையாமல், பெரியார் பிழைபட்டார் என்று சொல்லா மல் முற்றிலுமாக ஒரு விலகல் நிலையை மேற்கொள்ளத் தொடங்கினார் அண்ணா.

காலம் அண்ணாவைத் தமிழ் மறுமலர்ச்சித் தலைவனாக நிலைப்படுத்தித் தன் தேவையை நிறைவேற்றிக்கொள்ளத் தலைப்பட்டது.

அந்தப் பணியைச் சங்கராச்சாரியாரைக் கொண்டோ, பெரி யாரைக் கொண்டோ நிறைவேற்றிக்கொள்ள முடியாது. சங்கராச் சாரியார் திருக்குறளைத் தீக்குறள் என்றவர்; பெரியார் தமிழைக் காட்டுமிராண்டி மொழி என்றவர்!

தி.மு.க. தமிழிலக்கியத்தை மக்கள் இயக்கமாக (mass movement) மாற்றியது. சமக்கிருதமும் இந்தியும் பயந்து பொந்துக்குள் நுழைந்துகொண்டன.

சங்க இலக்கியங்கள் வழக்குக்கு வந்தன; தூய தமிழ் போற்றப் பட்டது; தமிழ்ப் பண்பாடு தனித்துப் பிரித்துப் பேசப்பட்டது. தமிழன் என்னும் உணர்வு உச்சநிலையைத் தொட்டது.

இந்தச் செயல்பாடுகளுக்கெல்லாம் காரணமான தி.மு.க.வின் கைகளில் கண்ணதாசன் ஓர் ஆற்றல் வாய்ந்த கருவியாகப் பயன்பட்டார். தமிழ் மொழியையும், தமிழ்ப் பண்பாட்டையும் போற்றி உணர்வுகளைக் கிளர்ந்தெழச் செய்யும் வகையில் ஏராளமாகப் பாடினார் கண்ணதாசன்.

'அச்சம் என்பது மடமையடா
அஞ்சாமை திராவிடர் உடமையடா'

-மன்னாதி மன்னன்

'எங்கள் திராவிடப் பொன்னாடே
எகிப்திய நாட்டின் நதிக்கரையில்-எங்கள்
இளந்தமிழ் வீரர் பவனி வந்தார்.'

-மாலையிட்ட மங்கை

இந்தியப் பண்பாட்டு மீட்புக்குப் பாரதியின் கவிதைகள் ஆற்றிய தொண்டைவிடத் தமிழ்ப் பண்பாட்டு மீட்புக்குக் கண்ணதாசன் ஆற்றிய தொண்டு பெரிது. பாரதி படித்தோரிடம் பேசினான்: 'கண்ணதாசன் கேட்கமட்டுமே தெரிந்த எளிய மக்களிடமும் அரிய செய்திகளைக் கொண்டு சேர்த்தார். இலக்கியத் தமிழ் முதன்முதலாக எளிய மக்களின் செவிகளில் மோதியது; அதற்குத்

திரைப்பட ஊடகத்தை நன்கு பயன்படுத்திக்கொண்டார் கண்ண தாசன்.

'கனகவிசயரின் முடித்தலை நெறித்துக்
கல்லினை வைத்தான் சேர மன்னன்'

-மன்னாதி மன்னன்

என்பனபோன்ற வரிகள் தங்கள் மூதாதையர் வீரம்குறித்த பெருமித உணர்வைத் தமிழர்களிடம் ஏற்படுத்தியதோடு, அவர்கள் அடிமைகளாக இருக்கப் பிறந்தவர்களில்லை என்று அவர்களைத் தட்டி எழுப்பின!

'வீரர்கள் வாழும் திராவிட நாட்டை
வென்றவர் கிடையாது'

-சிவகங்கைச் சீமை

கண்ணதாசன் எழுதிய இவை போன்ற எண்ணத் தொலையா வரிகள் இசைத் தமிழாக நாடு முழுவதும் ஒலித்தன. அவை வானொலி மற்றும் இசைத்தட்டு வாயிலாகப் பல்லாயிரம் முறை திரும்பத் திரும்பக் கேட்கப்படுவதால், தமிழர்களின் மனங்களில் தமிழ் மொழி, தமிழினம்குறித்த தடங்களை ஏற்படுத்தின.

அண்ணாவின் தலைமை, கருணாநிதியின் வசனம், M.G.R.-இன் நடிப்பு, கண்ணதாசனின் பாட்டு இவை புதிய தமிழகத்தை உருவாக்கின. அடித்தட்டு மக்களை இயக்கத்தோடு பிணைத்தன.

அப்பர் தலைமையிலான ஏழாம் நூற்றாண்டுப் பக்தி இயக்கப் பெருவெள்ளம் சாதிகளைப் புறந்தள்ளிச் சைவ சமயத்தில் மக்களைப் பிணைத்துப் புரட்சி ஏற்படுத்தியதுபோல, அண்ணாவின் தமிழியக்கம் சாதிகளைப் பின்னுக்குத் தள்ளி இன உணர்வை ஏற்படுத்தித் தமிழர்களை ஒருங்கிணைத்தது.

இந்த ஊழிப் பெருவெள்ளம் எல்லாக் கசடுகளையும் அடித்துப் புரட்டிக்கொண்டு ஓடும் வகையில் இந்த இயக்கத்தை மக்களிடம் கொண்டு சேர்த்தவர்கள் அண்ணாவும், அவருக்கு அடுத்த நிலையில் கருணாநிதியும், M.G.R.-உம், கண்ணதாசனும்தான்!

தமிழ் மறுமலர்ச்சி இயக்கத்துக்கு, பிற்கூறிய மூவரில் யார் கிடைத்திருக்கவில்லை என்றாலும், அது அந்த அளவுக்கு ஊனமுடையதாகவே இருந்திருக்கும்.

பல சமயங்களில் தன்னைத்தானே நொந்துகொள்ளும் இயல்புடையவர் கண்ணதாசன்!

ஒரு பெரிய வரலாற்றுக் காரியம் இயக்கத்தின் வழியாக நடைபெற்றபோது, அந்த இயக்கத்தின் பாவலனாக மக்களைத் தட்டி எழுப்பிய இந்த அரிய பெரிய பணியைவிட வேறென்ன சிறந்த காரியத்தை இந்தப் பிறப்பிற்குக் கண்ணதாசன் செய்திருக்க முடியும்!

கண்ணதாசனின் பிறப்பைப் பொருளுடையதாக்க இந்த ஒரு பணி போதுமானது.

அத்தோடு தி.மு.க.வின் வரலாற்றுப் பணி முடிந்தது. அதனுடைய பிந்திய பகுதி அதிகார அரசியலை மையமாகக் கொண்டது.

காலம் தமிழனைச் சூத்திர நிலையிலிருந்து விடுவித்துத் தன்மானமுடையவனாக்கப் பெரியாரைப் பயன்படுத்தியதுபோல,

தமிழ் மறுமலர்ச்சி இயக்கத்தை வழிநடத்திச் செல்ல அண்ணாவைப் பயன்படுத்திக்கொண்டது.

அதன்பிறகு அண்ணாவும் தேக்கமுற்றார்!

தேர்தலில் நிற்கத் தடைச் சட்டம் வரப் போகிறது என்று காற்றுவாக்கில் கேள்விப்பட்டவுடனேயே அண்ணா திராவிட நாட்டைத் தலைமுழுகி விடுவது வியப்பல்லவே!

கோட்டை கண்ணுக்குத் தெரியத் தொடங்கிய காலம் அது.

கொள்கை அதற்கு இடையூறாக இல்லாதவரை எந்தச் சிக்கலுமில்லை; அதையும் சேர்த்துச் சுமந்துகொண்டு திரியலாம். கட்சி கரை சேர்வதற்குக் கொள்கை சுமையாகுமானால், அதை ஆற்றிலேயே உதறிவிட்டுக் கரை சேர்வதுதான் அறிவுடைமை. அதைத்தான் செய்தார் அண்ணா!

அண்ணாவின் கோட்டைப் பயணத்தில் உப்புக்குச் சப்பாணியாகத் திராவிட நாடு விடுதலைக் கொள்கை கையாளப்படுகிறது என்ற நிலை புரிந்து கொள்ளப்பட்டபோது தி.மு.க.வின் எதிர்நிலைக் கருத்தாளர்களாகச் சம்பத்தும் கண்ணதாசனும் களமிறங்குகின்றனர்.

பெரியாருக்கு அண்ணா எதிர்நிலைக் கருத்தாளர் (anti-thesis).

அண்ணாவுக்கு சம்பத்தும் கண்ணதாசனும்!

காலம் அதற்குள்ள மனிதர்களை வெளிப்படுத்தி முன்னிறுத்தும் ஆற்றல் சான்றது.

அதன்பிறகு தி.மு.க.வின் பொக்கை நிலையை வெளிப்படுத்தும் வகையில் கண்ணதாசன் பாடல்கள் திசை மாறுகின்றன.

கண்ணதாசனின் அரசியற் பயணம் அதற்குப் பின்னால் தமிழ்த் தேசியக் கட்சி, காங்கிரசு என்று பல்வேறு வகையாகத் தொடர் கிறது எனினும் அரசியல் கயமையைச் சாடி சனநாயகத்தைத் தடப்படுத்தும் பணி அவருடைய எஞ்சிய காலப் பணியாகிறது.

சம்பத் அதற்குப்பிறகு அதிகார அரசியலில் முற்றுமாகக் கரைந்து விடுகிறார். தான் இழந்த நாடாளுமன்ற உறுப்பினர் பதவியை மீண்டும் பிடிப்பதிலேயே அவருடைய வாழ்க்கை கழிந்து, கொஞ்ச வயதில் முடிந்தும் விடுகிறது. ஒரு நம்பிக்கை நட்சத் திரம் மங்கி உதிர்ந்துவிட்டது!

ஆனால் கண்ணதாசன் எதிர்ப்பு நிலையில் உறுதியாக நிற்கிறார். அவர் பிற்காலத்தில் சார்ந்திருந்த கட்சிகள் பெயரளவுக்குக்கூட அவரைக் கட்டுப்படுத்த முடியவில்லை. அவர் தனித்து நின்று கானம் பாடுகிறார்.

பொய்ம்மை, போலித்தனம், வஞ்சகம், சூது இவற்றைப் பொதுவாழ்வில் கண்டபோது கடித்துக் குதறிவிடுகிறார்; கொள்கையற்ற அரசியலைச் சாடுகிறார்; தவறானவர்கள் வெல்கிறபோது மனம் புழுங்குகிறார்; தருமத்தின் அடிமடியைப் பிடித்து உலுக்கி, 'உறங்குகிறாயா' என்று கேட்கிறார்; சமதருமம் பாடுகிறார்; பணத்தொந்திகளுக்கு ஆயுள் வரம்பு கட்டுகிறார்.

சனநாயகம் முழுவீச்சில் செயல்படத் தொடங்கிய காலகட்டம் அது. ஏற்கெனவே விடுதலைப் போராட்டத்தில் பங்குகொண்டு தியாகத் தழும்பேறியவர்கள் நாடாண்ட நிலையிலிருந்து புதிய புதிய கட்சிகள் ஆட்சிக் கட்டிலில் அமரத் தொடங்கிய காலம் அது.

கட்சியில் உறுப்பினராக இருந்து, அந்தத் தொகுதியின் பெரு வாரியான மக்களின் சாதியைச் சேர்ந்தவனாக இருந்தால் அவன்

சட்டமன்ற, நாடாளுமன்ற உறுப்பினராகி விடுவான்; அதே சாதி, அவனை மந்திரியாகவும் ஆக்கிவிடும்.

பார்த்தறியாதவன் பதவியையும், பணத்தையும், பவிசையும் பார்க்கிறான்; நாடு சூறையாடப்படுகிறது!

தாசில்தாரும், காவல் துறைத் துணை ஆய்வாளரும் கட்சியின் வட்டச் செயலாளருக்குக் கீழே கொண்டு வரப்படுகின்றனர்; மாவட்ட ஆட்சித் தலைவர் மாவட்டச் செயலாளரின் எடுபிடி ஆகி றார்; நீதி நெறிகளெல்லாம் சுடுகாட்டுக்குப் போய்விடுகின்றன.

இந்தக் கட்டத்தில்தான், 'சட்டமன்ற உறுப்பினர்களுக்குத் தலைமைச் செயலகத்தின் தாழ்வாரங்களில் என்ன வேலை' என்று முன்னொரு நாள் கேட்ட முதலமைச்சர் இராசாசியைத் துதித்துப் பாடுகிறார் கண்ணதாசன்!

'ஊராட்சி என்றாலும்
நகராட்சி என்றாலும்
ஒழுக்கத்தைவேண்டும் ஒருவன்

ஒருபோதும் தன் கட்சி
நிருவாகத் தலையீட்டை
ஒப்புக் கொள்ளாத தலைவன்'

VI: *பாடல் 72, 'தேசத்தை ஈர்த்த தமிழன்'*

மேலோட்டமாகப் பார்த்தால் இது இராசாசி துதிபோல் தோன்றும்; சில தலைவர்கள் சில கொள்கையின் அடையாளங் களாக விளங்குகிறார்கள்; கட்சித் தலையீடு இல்லா ஆட்சி முறை யின் முன்னோடி இராசாசி! ஆகவே இது இராசாசி துதியன்று; நெறிசார்ந்த அரசியல் துதி!

கண்ணதாசனின் பிந்திய பதினைந்து ஆண்டுகளில் சனநாயகம் படும்பாடு, அதில் சனங்கள் படும்பாடு இவையெல்லாம் பாடுபொருளாகின்றன.

காலமாற்றத்துக்குதக கண்ணதாசனின் பாடுபொருளில் மாற்றம் ஏற்படுகிறது. ஒரு பாவலன் தொடர்ந்து உயிர்த் துடிப்போடு இருப்பதற்கான அடையாளம் அது; பிற பாவலர்களிடமிருந்து கண்ணதாசனைப் பிரித்து நிறுத்துவதும் இதுதான்.

ஒரு கொலைஞனும், வேசியும், திருடனும் சேர்ந்த கலவைதான் நவீன அரசியல்வாதி என்று சாடுகிறார். (V.17)

சனநாயகம் காக்கப்படுவதற்குக் கட்சிக்குள் மறுதலிப்புக் குரல் (dissent note) எழ அனுமதிக்கப்படவேண்டும் என்னும் கருத்துக் கொண்ட கண்ணதாசன், பாவத்தை மூடுகிற கட்சிக் கட்டுப்பாடு நாசமாகப் போகாதவரையிலும் சனநாயகம் பிழைக்காது என்று பாடுகிறார்.

'கட்சியில் உளபோது
பாவத்தை மூடுவான்
கதறுவான் வெளியில் வந்து

காலகா லங்களாய்
அரிச் சந்தி ரன்போல்
காட்டுவான் மேடை சென்று.

பட்சியில் காக்கையும்
அரசியல் வாதியும்
பார்வையில் ஒன்று என்று

பார்த்தவன் சொல்கிறேன்
கேட்பவர் கேளுங்கள்
பரம்பொருள் சொல்வ தென்று!

வாக்கினால் நாட்டவர்
வாழ்வையே மாற்றிடும்
வசமான சனநாயகம்

வாழுமோ சாகுமோ
வருங்கால மென்னவோ
வலியபா ரததேசமே!'

VI: பாடல் 23, 'சனநாயகத்திற்கு அனுதாபம்'

தி.மு.க. ஆட்சிக்கு வந்தபிறகு ஏற்பட்ட சீரழிவுகளையே மனத்தில் கொண்டு கண்ணதாசன் பாடுகிறார் என்றாலும் பிற

கட்சிகளும் நிலை சரியத் தொடங்கிவிட்டதைக் கருத்திலும் கவிதையிலும் கொள்ளவே செய்கிறார்!

கண்ணதாசன் எந்தத் தப்புக்கு எதிராகக் குரல் கொடுத்தாரோ, அந்தத் தப்புகளை மிகுதிப்படுத்தும் வகையில் இந்தியாவில் காங்கிரசு உட்பட அனைத்துக் கட்சிகளும் கட்சித் தாவல் தடைச் சட்டத்தைக் கொண்டு (anti-defection law) வருவதுபற்றிப் பேசின; பின்னால் கொண்டும் வந்தன.

மறுதலிப்புக் குரல் முற்றிலுமாக மறுதலிக்கப்பட்டது. உறுப் பினர்களின் தனிச் சிந்தனைகள் ஒழித்துக் கட்டப்பட்டன. கட்சிக்கு மொத்தச் சிந்தனைதான் உண்டு என்னும் புதிய கோட் பாடு பிறந்தது. இதற்கு எந்தக் கட்சியும் விதிவிலக்கில்லை!

மக்களால் தேர்ந்தெடுக்கப்பட்ட பிரதிநிதிகள் மக்களுக்கு விசுவாசமாக இருப்பது தடுக்கப்பட்டது. கட்சிக்கு மட்டுமே விசுவாசம்; இல்லாவிடில் பதவி பறிப்பு என்று புதிய சட்டம் பேசியது.

உறுப்பினர்கள் கைதூக்கும் எந்திரங்களாக்கப்பட்டனர்; தலைவர் களின் கருத்துக்கள் கொறடாக்களின் (whip) வழியாக உறுப் பினர்களை அடைந்தன; கொறடாக்கள் மீறப்பட முடியாதவர் களாகத் தற்கால சனநாயகத்தில் உயரதிகாரம் பெற்றனர்.

இதனுடைய தீமையை அறியத் தெரிந்த ஒரே அறிஞராக இராசாசி மட்டுமே இருந்தார்.

கட்சியின் மிக அடிப்படைக் கொள்கைகளைத்தவிர மற்ற எல்லாவற்றிலும் ஒவ்வொரு உறுப்பினருக்கும் தங்கள் தனிக் கருத்தைப் பேசவும், குறிப்பாகத் தலைவரை எதிர்த்துப் பேசவும் உரிமையுண்டு என்பதை அடிப்படைக் கொள்கையாக்கி 'சுதந்திரக் கட்சி' என்ற பெயரால் ஒரு கட்சி தொடங்கினார். அவ ருக்கு வயதிருந்திருந்தால் அரசியலில் புதிய பண்பாட்டைத் தோற்றுவித்திருப்பார்; சனநாயகம் சீர்பட்டிருக்கும்; இந்தியா வின் முகம் மாறியிருக்கும்.

இராசாசி வாழுங் காலத்தில் அவர் சரிவரப் புரிந்து கொள்ளப் படாததற்குக் காரணம் அவர் இருநூறு ஆண்டுகள் கழித்துச் சொல்ல வேண்டியதை முந்திச் சொல்லிவிட்டார் என்பதுதான்.

சி.பி.சிற்றரசைச் சிந்தனைச் சிற்பி என்று வெட்கமின்றி நிலைநாட்டி வைத்திருந்த தி.மு.க. கலாச்சாரத்தில் இராசாசியின் நிலை கவலைக்கிடம்தான்!

பொது வாழ்க்கை என்பது ஒரு தவம் என்னும் காந்தி யுகத்தின் தாக்கம் மெல்ல மறையத் தொடங்கி, புதிய சீரழிவுக் கலாச்சாரம் தலைதூக்கி நின்ற அந்தக் காலகட்டங்களில், கண்ணதாசன் இவற்றைச் சாடிப் பாடத் தவறி இருந்தால் அவர் காலத்தின் குரலாக இருந்திருக்க மாட்டார்.

நடைமுறைச் சனநாயகத்தின் கேடுபாடுகளை, அது நெறிப் படுத்தப்பட வேண்டிய கட்டாயத்தையெல்லாம் தமிழில் நாம் கேட்பது கண்ணதாசன் வாயிலாகவே!

சனநாயக இயந்திரம் இயங்கியதைப் பார்க்கும் வாய்ப்பு பாரதிக்கு இல்லை; பாரதிதாசன் அதை அறிவார் எனினும் அவருடைய பாடுபொருள் பெரும்பாலும் திராவிடர் கழகத் தடத்தை ஒட்டியே அமைந்திருந்தது. மேலும் அவர் அதிகார அரசியலில் கண்ணதாசன்போல ஈடுபட்டு, அதன் நன்மை தீமைகளை நேரடியாகப் பார்த்தும் பட்டும் அறிந்தவரில்லை.

தி.மு.க. அதிகார அரசியலை (power-politics) நோக்கி நகர்ந்த போது அந்தக் கட்சியை உள்மறித்துப் பார்த்தவர் என்பதாலும், அது அரியணை ஏறி ஆட்சி நடத்திய காலத்தில் வாழ்ந்தவர் என்பதாலும் அந்தக் காலகட்டத்தில் நிகழ்ந்த பிறழ்ச்சிகளைப் பாடுவதில் கண்ணதாசன் நிகரற்றுத் திகழ்கிறார்.

காங்கிரசின் காலம் பிழையற்ற காலம் என்பதில்லை; ஆனால் பிழைகள் பல்கிப் பெருகிய காலம் பிற்காலமே!

ஆகவே அந்த இயக்கத்திற்குள் வளர்ந்து, பின்பு அதனோடு மோதி வெளியேறிய கண்ணதாசன்தான், புதிதாக வளர்ந்து வரும் அரசியல் கலாச்சாரத்தை எதிர்க்க ஏற்றவர் என்று காலம் தேர்வு செய்து வெளிப்படுத்துகிறது.

கண்ணதாசனுக்கு நிகரான கவிஞர்கள் பலர் இருந்தும் அவர்கள் காலத்தால் மாறிவரும் புதிய நிலைகளுக்கேற்பக் குரல் கொடுக்கத் தயங்கினர் என்றே சொல்லவேண்டும்.

உயர் இருக்கைகளில் அமர்ந்திருப்பவர்கள் குறித்த அச்சம்; 'வயதாகி விட்டது; இருந்த கட்சியிலேயே இருந்துவிட்டுப்

போய் விடலாம்' என்னும் மனத் தொய்வு; இவையெல்லாம் நன்கு பாடிப் பழகிய பல நாக்குகளைப் பாடவிடாமல் இழுத்துப் பிடித்து விட்டன.

கண்ணதாசனுக்கும் இந்தச் சிக்கல்களெல்லாம் நேரிடவே செய்தன. கோட்டை கண்ணுக்குத் தெரிகையில் கண்ணதாசன் தி.மு.க.வை விட்டு வெளியேறி விட்டார். உழுதார்; நட்டார்; களை பிடுங்கினார்; பூச்சி மருந்து தெளித்தார்; நீர் பாய்ச்சினார்; வரப்பு வெட்டினார்; கதிர் பிடித்து அறுவடையாகும் காலத்தில் வெளியே வந்து விட்டார்.

பயனை யார் யாரோ பங்கிட்டுக்கொண்டார்கள்; யார் யாரோ மந்திரிகளாகி உலா வந்தார்கள்; மதியழகனைப்போல் ஒரு மணித் துளி பயன் குறித்த சிந்தனையில் ஆழ்ந்திருந்தால் வெளியே வந்த காலோடு உள்ளேயும் போயிருக்கலாம்; மந்திரியாகவும் ஆகியிருக்கலாம்!

மந்திரியாக யார்தான் ஆக முடியாது? இராமசாமி, ஓ.பி.இராமன், சற்குணம், சந்திரசேகர், சரோசா என்று இவர்களின் பெயர்களை யெல்லாம் அடைப்புக் குறி விளக்கங்கள் இல்லாமல் எழுதினால் இவர்களெல்லாம் பத்திரப் பதிவாளர்களா, பள்ளிக்கூட வாத்தி யார்களா என்று கேட்க மாட்டார்களா?

ஆணி அடிப்பதற்குச் சுத்தியல் போதும்; கடப்பாரையின் கோணலை நிமிர்ப்பதற்குத்தான் சம்மட்டிவேண்டும். கண்ண தாசன் காலம் கையிலெடுத்துக் கொண்ட சம்மட்டி.

கண்ணதாசனே இவற்றையெல்லாம் அறிந்துதான் இருக்கிறார். வெற்றி வரும் வேளையில் களத்தைவிட்டு ஓடி வந்து விடுவதை யும், விருது வரும் வேளையில் தூங்கி விடுவதையும், பாடுபட்டு விட்டுப் பயன் கொள்ளாமல் போவதையும் மூடனின் செயல் களாகவே உலகம் கருதும் என்பதை அவரும் உடன்படுகிறார்.

அவை குற்றங்கள்தாம் என்றாலும் அவற்றைக் குணமாகத் தான் கொண்டு விட்டதாகக் கண்ணதாசன் கூறுகையில், இவை அறி யாமல் செய்யப்பட்டவை அல்ல; அறிந்தே செய்யப்பட்டவை என்பது தெளிவாகிறது.

பதவியும் பணமும்தான் வெற்றியின் அடையாளங்கள் என்று நினைப்போர்க்கு இத்தகைய வாழ்க்கை குற்றம்!

சமூகத்தை மடைமாற்றம் செய்யப் புறப்பட்டவர்களுக்கும், கொள்கைவழி உருவான இயக்கங்கள் கோணலாகிப் போனதை நிமிர்க்கப் புறப்பட்டவர்களுக்கும் இழப்பு வாழ்க்கை குற்ற மாகாது. அதுவே குணமாக மாறிவிடும்!

'வெற்றிபெறும் வேளையிற்
களத்தைவிட் டோடிடும்
வீரனைப் பார்த்த துண்டா

விருது வரும் நேரத்து
விழிதுயில் கொண்டிருக்கும்
வேந்தனைக் கண்ட துண்டா

பற்றுவது பற்றியே
பாதைவழி போகாத
பாவியும் மண்ணி லுண்டா

பாதிநாள் போனபின்
ஆதிநாள் போனதைப்
படிக்குமோர் மூட னுண்டா

குற்றமிவை யாவையும்
குணமாகக் கொண்டவன்
குலமென்ன கூறு மயிலே

குளிர்மேகம் ஆடிடும்
சிறுகூடற் பட்டியில்
குலவுமலை யரசி உமையே!

V: பாடல் 5, 'தன்னிரக்கம்'

ஒரு கவிஞன் எந்த ஒன்றின் ஊதுகுழலானாலும் காணாமல் போவான். கவிஞனுக்கு நிறுவனம் ஒரு தடை; ஆனால் நிறு வனம்சார்ந்து செயல்படுவது காலக் கட்டாயமாகும்போது, அந்நிறுவனம் முரணுற்றால், அதை உடைத்துக்கொண்டு வெளிவரத் துணிவுவேண்டும்; அதற்கேற்ற அறிவுப் பரப்பும் வேண்டும்!

தமிழ் மறுமலர்ச்சி இயக்கத்தின் ஊதுகுழலாக இருந்த கண்ண தாசன், காலத்தின் நிலை மாற்றத்துக்குத்தக நெறிசார்ந்த அரசியலின் (value based politics) ஊதுகுழலாக மாறுகிறார்.

ஒரு கட்டத்தில் தி.மு.க.வைத் தாங்குகிறார்; இன்னொரு கட்டத்தில் தாக்கித் தகர்க்கிறார்!

போற்றியதையே தூற்றுகிறாரே என்று பட்டிமன்றப் பேச்சாளி கள், மண்டையின் துணையின்றி, வாயின் துணை கொண்டே பேசி விடுவதுண்டு!

எக்காரணத்துக்காக அந்த இரண்டையும் செய்கிறார் என்று பார்ப்பதே அறிவுப் பார்வை!

கட்சிகளுக்கு முடியரசன்கள் தேவைப்படுகிறார்கள்; தடம் பார்த்து நடப்பவர்களைக் கட்சிகள் தட்டிக் கொடுத்துக் கொண் டாடுகின்றன.

ஆனால் காலத்திற்கோ கண்ணதாசன்கள் தேவைப்படுகிறார்கள்!

கட்சிகளின் கைகளில் ஒப்படைத்துக்கொண்டவர்கள் பணமுடிப் போடும் விருதுகளோடும் முடிந்து போகிறார்கள்.

காலத்தின் கைகளில் ஒப்படைத்துக்கொண்டவர்கள் காலத்தைத் தாண்டி நிற்கிறார்கள்.

வரலாற்று ஆசிரியர்களுக்குக் கண்ணதாசன் ஒரு கலங்கரை விளக்கம்!

ஐந்நூறு ஆண்டு கழித்து வரலாற்றை அலசுவோர், பல தலைவர் களின் முகங்களைக் கண்ணதாசன் பாடல்களில்தான் பார்ப்பர்!

'வம்ப மோரியர்' என்னும் இரு சொற்கள் புறநானூற்றில் பயில்வது, பல வரலாற்றுச் செய்திகளை வெளிப்படுத்த வில்லையா?

கண்ணதாசன் பாடல்கள் நிகழ்காலத் தமிழகத்தின் முப்பதாண்டு கால வரலாற்றுக்கு முகந் தீட்டும் தன்மையன!

கண்ணதாசன் பேரோசையோடு பொங்கிப் பரந்துபட்டுப் பாயும் பெருவெள்ளம்!

அவர் தடம் பார்த்து நடக்கப் பிறந்தவருமில்லை; கூட்டத்தில் ஒருவருமில்லை (not the part of a crowd); தனிக்கூறுகள் (individuality) உடையவர்!

கண்ணதாசன் காலத்தால் உருவாக்கப்பட்டவர்; காலத்தின் தேவைகளை நிறைவு செய்ய வந்தவர்!

கண்ணதாசன் எழுதியது தமிழில்லை என்றால்,
எது தமிழ்?
கண்ணதாசன் பாவலன் இல்லையென்றால்,
எவன் பாவலன்?
கண்ணதாசன் நிற்க மாட்டாரென்றால்,
எவன் நிற்பான்?
அவர் காலத்தின் வெளிப்பாடு;
காலத்தை வென்று வாழ்கிறார்; வாழ்வார்!